# மஞ்சள் பேனா

கவிஞர் விண்மீன்

**Title**
Manchal Peana

Vinmeen

ISBN: 978-93-6666-558-0
Title Code : Sathyaa - 108

நூல் தலைப்பு
**மஞ்சள் பேனா**

நூல் ஆசிரியர்
**விண்மீன்**

முதற்பதிப்பு
**அக்டோபர் 2024**

விலை : ₹ 60

பக்கம் : 51

Printed in India

**Published by**
**Sathyaa Enterprises**
No.134, First Floor,
Choolaimedu high road, Choolaimedu,
Chennai - 600 094.
044 - 4507 4203

Email
sathyaabooks@gmail.com

## உள்ளே...

| | | |
|---|---|---|
| 1. | கமலவேணி | 4 |
| 2. | மௌனம் | 12 |
| 3. | எல்லாமே நல்லதா நடக்கும் | 21 |
| 4. | அறம் கலெக்டர் | 27 |
| 5. | மஞ்சள் பேனா | 36 |
| 6. | கிடைச்சிருச்சீசீசீ..! | 40 |
| 7. | சிவந்த நிலவு | 44 |

# 1. கமலவேணி

**கு**ளச்சல் கிராமம் வெறிச்சோடிக் கிடந்தது. கரிசல் காட்டு பூமியில் விளைச்சலும் இல்லை. நிலத்தடி நீர் மட்டுமே ஆதாரமாக கொண்டு கிழங்கு பயறு வகைகள் பயிரிடப்படும் பூமி இது.

சீனாவிலிருந்து வந்த கொரானா வைரஸ் இந்த கிராமத்தையும் விடவில்லை. கிராம மக்கள் தெருவில் மஞ்சள் நீர் தெளித்தும், வேப்பிலைத் தோரணம் கட்டியும் வீட்டுக்குள் அடைந்து கிடந்தனர். உணவு காய்கறி கிடைக்காமல் மக்களின் துன்பம் நாளுக்கு நாள் அதிகமாகிக் கொண்டே வந்தது. இளைஞர் முதல் பெரியவர் வரை தொற்றும் பரவிக் கொண்டிருந்தது.

தொலைக்காட்சியில் நாளுக்கு நாள் தொற்று கூடுவது ஒளிபரப்பாகிறது. அனைவருக்கும் மரணபயம். குளச்சல் மக்கள் பயத்தினோடே இருந்தனர்.

பக்கத்து ஊரான முகடுப்பட்டியில் வேலாயுதம் என்ற மனிதர் தினம் தோறும் குளச்சல் மக்களுக்கு மதிய உணவுப் பொட்டலம் வழங்குவார். ஒவ்வொரு நாளும் ஒவ்வொரு வகையான உணவு. எலுமிச்சை சாதம், புளிசாதம், தயிர்சாதம், புதினா சாதம் என வழங்குவார்.

வள்ளலார் பசிதீர் மன்றம் மூலம் உணவு சமைத்து ஒரு சிறிய வண்டியில் சுமார் 400 பொட்டலம் கட்டி எடுத்து வருவார். சுமார் 20 நாட்களாக வழங்கி வருகிறார்.

அன்றும் அப்படித்தான் மஞ்சள் நிற குட்டி யானை வண்டி குளச்சலில் உள்ள கிராம நிர்வாக அலுவலகக் கட்டிடத்தின் அருகில் நின்றது. மக்கள் பசிக் காரணத்தால் சமூக இடைவெளியின்றி வண்டியை நெருங்கினர்.

வேலாயுதம், 'ஐயா இருங்க, இருங்க எல்லாரும் அமைதியா வரிசை யில் இடைவெளிவிட்டு நில்லுங்க. எல்லாருக்கும் தரேன்' என்றபடி வண்டியில் பின்புறம் நின்றிருந்தார்.

'அண்ணே எனக்கு நாலு பொட்டலம் குடுங்கண்ணே. எனக்கு ஐஞ்சு பொட்டலம் கொடுங்கண்ணே' என்றபடி மக்கள் முண்டி யடித்தனர்.

சிறது நேரத்திலேயே பையில் பொட்டலங்கள் காலியானது. 'கிளம்புங்க பொட்டலம் காலி' என்றபடி வேலாயுதம் வண்டியி லிருந்து இறங்கினார். ஒரு பெண் குழந்தை பதினோரு வயதிருக்கும். எண்ணெய் இல்லாத தலைமுடியை வாரி ரிப்பன் கட்டியிருந்தாள். கசங்கிய அரசு பள்ளி சீருடையில் பசி நெருப்பு முகத்தில் களைப்பைக் காட்டியது. மரத்தைப் பிடித்தபடி நின்றிருந்தாள்.

'இந்தா பொண்ணு பொட்டலம் வாங்கனியா கௌம்பு' என்ற வேலாயுதம் அந்த பெண்ணின் கைகளில் பொட்டலம் ஏதுமின்றி நின்றதைப் பார்த்தார்.

'ஏம்மா சாப்பாடு வாங்கல என்றபடி' அவள் அருகில் சென்றார். 'இல்லைங்கையா வாங்கல.' பெரியவங்க 'முண்டியடிச்சிகிட்டு வாங்கினாங்க' அதனால தான் என்று இழுத்தாள் அந்த பெண்.

'அதனால என்னம்மா நீயும் முன்னாடி வந்திருந்தா நா கொடுத் திருப்பேனே' என்ற வேலாயுதத்திற்கு.

'இல்லைங்கய்யா நீங்க வண்டியில் இருந்துகிட்டு காலையில் சாப் பிடாதவங்க முதல்ல வாங்கன்னு சொன்னீங்க இல்ல, நானு

காலையில் எங்க தெருவுல பஷீர்ன்னு ஒரு அண்ணன் சின்ன ரொட்டி பாக்கெட் தந்தாரு. அத நானும், எந்தம்பியும் சாப்பிட் டோம். அம்மா அப்பா தான் சாப்பிடவேயில்ல. அவங்களுக்கு வாங்கதான் வந்தேன்யா' என்று பதில் தந்தாள்.

அவளின் உண்மைப் பேச்சு வேலாயுதத்தை ஒரு நிமிடம் யோசிக்க வைத்தது. 'சரி இரு வரேன்' என்று சொல்லி விட்டு ஓட்டுனருக்கு வைத்திருந்த பொட்டலத்தை அந்த பெண்ணிடம் தந்தார். 'ஐயா சாப்பாட்டுப் பொட்டலம் காலின்னு சொன்னீங்களே உங்களுக்கு வைத்திருந்தத எனக்கு கொடுத்திட்டீங்களா? பரவா யில்லைங்கையா நீங்க சாப்பிடுங்க, நானு தெரு முனைக்கு போய் யாராவது பொட்டலம் கொடுத்தா வாங்கிக்கறேன் நீங்க எடுத்துக் கோங்க' என்ற வார்த்தைகள் குழந்தைத்தன்மை உணர்வை தந்தது வேலாயுதத்திற்கு.

'அதெல்லாம் இல்லடாப்பா, வண்டிக்காரருக்கு எடுத்து வச்சிருந் தேன். அவருக்கு நான் என் வீட்டில இருந்து கொடுக்கறேன். இப்ப நீ எடுத்துகிட்டு போ' என்றார்.

'உங்க வீட்ல சோறு இருக்குமா? வண்டி ஓட்டுற அண்ணனுக்கு கிடைக்குமா? அப்படி இல்லேன்னா என்ன பண்ணுவீங்க, பரவா யில்லய்யா நான் போயி வேறயெங்கையாவது வாங்கிறேன். அவருக் குன்னு எடுத்து வச்சத தர வேணாம்' என்று கூறிவிட்டு ஓடிவிட்டாள்.

வண்டி அந்த இடம் விட்டு நகர்ந்தது. ஆனால் வேலாயுதத்தின் மனது அந்த மரத்திடமே நின்றது. என்ன ஒரு பக்குவம் 'அவருக்குன்னு எடுத்த வச்சது எனக்கு தரவேண்டாம் அவர் சாப்பிடட்டும்' என்ற எண்ணம் வறுமையிலும் இருப்பது எவ்வளவு மேன்மையான எண்ணம். அவளின் பேச்சு வேலாயுதத்தைச் சுற்றிச் சுற்றி வந்தது.

இரவு தூங்கும்போதும் அந்த பெண்ணைப் பற்றியே சிந்தனை வந்து சென்றது. மறுநாள் எப்போதும் போல் உணவுப் பொட்டலங்கள் தயாரானது. அன்றும் குளச்சல் கிராமத்திற்கு வந்தார். வண்டி நின்றதும் கிராம மக்கள் முண்டியடித்து உணவு வாங்கினர். வேலாயுதம் உணவுப் பொட்டலங்களைத் தந்து கொண்டே

விழிகளின் வீச்சை அதிகப்படுத்தினார். கிராம மக்களின் நடுவில் அந்த பெண் குழந்தையை காணவில்லை. அவளுக்காகவே ஐந்து பொட்டலம் கொண்டு சென்ற வேலாயுதத்திற்கு ஏமாற்றமாக இருந்தது. இன்று ஏன் அந்தக் குழந்தை வரவில்லை, வேறு யாரேனும் உணவு தந்திருப்பார்களோ. விசாரிப்பில் அப்படி யாரும் உணவு தரவில்லை என்ற பதில் வந்தது. மக்கள் உணவுப் பொட்டலம் பெற்றுக் கொண்டு சென்று விட்டனர். ஆனால் வேலாயுதம் அந்த பெண் பிள்ளையைத் தேடினார்.

'இன்னாண்ணா கிளம்பலாமா' ஓட்டுநர் குரல் கொடுக்க, வேலாயுதம் முன்கதவைத் திறக்கும்போது வேக வேகமாக ஓடி வந்த அந்த குழந்தை வண்டியின் முன் நிற்பதைக் கண்டதும் வேலாயுதத் திற்கு ஒரு மெல்லிய மகிழ்உணர்வு மனதில் படர்ந்தது. வண்டியி லிருந்து இறங்கினார்.

'ஏம்மா இவ்வளோ லேட்டா வர' என்று கேட்டார். அவள், 'இன்னைக்கும் எல்லாரும் வாங்கிட்டாங்களாய்யா? பொட்டலம் எதுவும் இல்லையா ஐயா' என்றாள்.

அவள் முகத்தில் இல்லை என்று சொல்லிவிடுவாரோ என்ற பதட்டம் தெரிந்ததை உணர்ந்த வேலாயுதம், வண்டி சீட்டிற்கு கீழிருந்த ஐந்து பொட்டலத்தை தந்தார். அவளின் முகம் வண்ணத்துப்பூச்சி போல் மிகவும் அழகானது. நிம்மதிப் பெருமூச்சுடன் பொட்டலங்களை வாங்கினாள்.

ஐயா இதுல ஐஞ்சு பொட்டலம் இருக்கே... அம்மாவுக்கு ஒண்ணு, அப்பாவுக்கு ஒண்ணு, எனக்கும், என் தம்பிக்கும் ஒண்ணு போதும். ஆக மூணு பொட்டலம் போதும். மீதிய பசிச்சு வரவங்க யாருக் காவது கொடுங்க ஐயா' என்றபோது, வேலாயுதத்தின் மனதில் மேலும் ஒருபடி மேலே சென்றாள்.

'உம்பேரு என்ன பாப்பா? நீங்க எங்க இருக்கீங்க? உன்னோட யார் யார் இருக்காங்க' என்று வேலாயுதம் கேட்க, 'என்பேரு கமல வேணிங்கய்யா. என்ன வேணின்னுதான் கூப்பிடுவாங்க. எங்க வீட்ல, நானு, என் தம்பி கம்பன், அம்மா, அப்பா, நாலு பேரு

இருக்கோம். இதே ஊர்ல மூணாவது தெருவுல கறுப்புத் தண்ணி டேங்க் இருக்கும். அங்க தான் நாங்க இருக்கோம்' என்றாள் வேணி.

'என்ன படிக்கிற வேணி பாப்பா' என்றார் வேலாயுதம்.

'நானு ஆறாங்கிளாசுலேந்து ஏழாவது கிளாசுக்கு போறேன். என் தம்பி மூணாவது கிளாசுலேந்து நாலாவது கிளாசுக்கு போறாங்கைய்யா' என்றாள் வேணி.

அவள் தன்னையும் தனது குடும்பத்தையும் அறிமுகப்படுத்திக் கொள்ளும்போது, அவள் குடும்பத்தில் பாசமாக இருப்பவள் என்பதை வேலாயுதத்தால் உணர முடிந்தது.

மூன்று பொட்டலம் மட்டுமே பெற்றுக் கொண்ட வேணி 'வாரேங்கய்யா' என்றபடி வேகமாக நடக்க ஆரம்பித்த அந்த குழந்தையின் பின்னே சென்றது வேலாயுதத்தின் மனதும்.

மூன்றாம் நாள் புதினா சாத பார்சல்களுடன் வேலாயுதம் வண்டி குளச்சல் கிராம மக்களுக்கு வினியோகம் செய்ய வந்து நின்றது. இருபது நிமிடங்களில் உணவுப் பொட்டலங்கள் தீர்ந்தன.

வேலாயுதம் வேணியைத் தேடினார். அகல விரிந்த பார்வையில் வேணியின் பிம்பம் விழ மறுத்தது. காரணம் அங்கு வேணி வரவில்லை.

'ஏம்பா வண்டிய மூனாவது தெருவுக்கு விடு' என்று ஓட்டுனரிடம் சொல்லியபடி முன்னிருக்கையில் அமர்ந்தார்.

'இன்னாண்ணே மூனாவது தெருவுக்கா யாராவது சொந்தக்காரங்க இருக்காங்களா' என்ற கேள்விக்கு பதில் கூறாது புன்முறுவல் புரிந்த படி கறுப்பு டேங்கை தேடினார்.

'முன்னாடி போ போ' என்றவர் கண்ணில் தண்ணீர் டேங்க் தென் பட்டது. 'வண்டிய ஸ்லோ பண்ணுப்பா' என்று கூறி கீழே இறங்கி னார்.

ஒண்டிக் குடுத்தனம் மாதிரி நான்கு குட்டிக் குட்டி வீடுகள் இருந்தன. 'வேணி' என்று குரல் கொடுத்தார். அங்கிருந்த நடுத்தர வயது பெண்

'என்னா சார் வேணி வூடா, அந்தா புளூ பெயின்ட் அடுச்சிருக்குதுல்ல அது தான்' என்றபடி நகர்ந்தாள்.

வேலாயுதம் மூன்று புதினா சாத பொட்டலங்களுடன் வேணி வீட்டின் வெளியில் நின்றபடி 'வேணி பாப்பா' என்ற குரல் கேட்டு, வேணியின் தந்தை கண்ணப்பன் வெளியே வந்தார். 'என்ன சார் யாரு நீங்க வேணிய ஏன் கூப்படறிங்க நீங்க அவ பள்ளிக்கூட வாத்தியாரா, அவளுக்கு காலையிலேந்து காய்ச்சல் சார். இருங்க கூப்பிடறேன்' என்று சொல்லியபடி 'வேணிம்மா உங்க வாத்தியார் மாதிரி இருக்கு, வா மெல்ல வாம்மா' என்றார் கண்ணப்பன்.

வெளியில் வந்த வேணி வேலாயுதத்தை பார்த்து விட்டு முகம் மலர 'ஐயா வாங்க' என்றபடி அவரிடம் ஓடி வந்தாள். 'அப்பா இவரு சார் இல்லப்பா. அந்த ஐயாதான் நம்ம ஊர்ல இந்த கொரானா காலத்துல தினமும் எல்லாருக்கும் சாப்பாடு தராரு. நான் கூட நேத்து வாங்கி யாந்தனே சாப்பாடு. இவரு தந்தது தாம்பா' என்றபடி ஒரு சிறிய பெஞ்ச் போட்டுவிட்டு, 'உக்காருங்கையா தண்ணீர் தரட்டுமா' என்றபடி உள்ளே சென்றவளை 'இரும்மா கண்ணா உனக்கு உடம்பு சரியில்லேன்னுதான் வரலியா, சரி... சரி... இந்தா இதுல நீ வாங்குற மூணு பொட்டலம் தான் இருக்கு எடுத்துக்கோ' என்று தந்துவிட்டு எழுந்தார்.

'ஐயா எங்களுக்காக வீடு தேடி வந்து சாப்பாடு குடுக்றீங்க நன்றிங்கைய்யா' என்றவாறு இரு கைகூப்பி வணங்கிய வேணியின் தந்தையை பார்த்து 'ஐயா நான் உங்க வீடு தேடி வரக்காரணம் உங்க பொண்ணு வேணிதான். அவளோட பெரிய மனசு தனக்கானதை மட்டுமே வாங்கிக் கொண்டு பிறர்க்கானதை பிறர்க்குத் தருவதை மனதார செய்ற இந்த குழந்தையை நல்லா வளர்த்திருக்கீங்க' என்றார் வேலாயுதம்.

வேணியின் தந்தை பெருமையுடன் தன் மகளைப் பார்த்து சிறிய சிரிப்புடன் 'என் பேரு கண்ணப்பன். கீரை வித்து தான் பொழப்ப நடத்தறோம். என் வீட்டம்மா ஏதாவது கூலி வேலைக்கு போவாங்க. குடும்ப செலவுக்கு ஆகுமுங்க. இருந்த கொஞ்ச நஞ்ச காசுகூட இந்த நேரத்துல காலியாயிடுச்சு. இப்ப இந்த கொரானா

வந்ததால ஏதும் வியாபாரம் இல்ல, காசும் பணமும் இல்ல. அதுதான் யாராவது உங்கள மாதிரி பெரியவங்க குடுக்கறத வைச்சு சாப்பிட்டுக்குவோம்' என்றார் கண்ணப்பன்.

'இந்தத் தடையெல்லாம் எப்பங்க மாத்துவாங்க? ஏதாவது பொழப்ப பார்க்கணும்' என்று கேட்ட கண்ணப்பனிடம் வேலாயுதம் 'தெருவுல வண்டியில நீங்க போய் கீரை விக்கலாமே அத செய்யுங்க' என்றார்.

'ஆமாங்க நாளையில இருந்து நான் போலாமுன்னு இருக்கேனுங்க' என்றவாறு அவர் மிதிவண்டியைப் பார்த்தார். வண்டி மிகப் பழைய தாகவும், பழுதடைந்தும் இருந்தது.

'எப்படி கீரை கொண்டு போயி விற்பீங்க' என்றவாறு சட்டைப் பையில் கைவிட்டு ஐநூறு ரூபாயைத் தந்து 'மிதிவண்டிய சரி செஞ்சுக்குங்க' என்று கண்ணப்பனிடம் தந்தார்.

'ஐயா வேணாமுங்க நான் ரெண்டு, மூணு நாளைக்கு தலையில வச்சு கீரை வித்தேன்னா, நாளு காசு கிடைக்கும். அது வைச்சு என் மிதிவண்டிய சரி செஞ்சுக்குவேனுங்க. தப்பா எடுத்துக்காதீங்க' என்றார், கண்ணப்பன்.

வேணியை நல்ல பண்புடன் வளர்த்த தந்தையாயிற்றே, வறுமையில் இருந்தாலும் தன்மானத்தோடு வாழும் இவர்களை பார்க்கும் போது, மனதில் ஒரு சிறு மகிழ்ச்சி. மனிதம் குடும்பங்களில் வாழ்கிறது என்று நினைத்து மகிழ்ந்தார்.

'இது நான் உனக்கு சும்மா தரல கடனா தரேன். வாங்கிட்டு எப்போ முடியுமோ அப்ப சொல்லுங்க, நான் வாங்கிக்கிறேன்' என்றவாறு ரூபாய் தாளை கண்ணப்பன் கையில் திணித்தார் வேலாயுதம்.

சங்கடமான மனதுடன் 'சரிங்கையா நீங்க எங்க இருக்கீங்க சொல் லுங்க, உங்க வீட்டுக்கு நானே கீர தினமும் தந்துடரேன். நல்ல நல்ல கீரையெல்லாம் மூலிகை கீரையெல்லாம் தருவேனுங்க' என்ற கண்ணப்பனிடம், 'சரி இந்தாங்க என் கார்டு' என்றவர், முகவரி அட்டையை தந்துவிட்டுத் திரும்பினார்.

'வேணி பாப்பா நீயும் கம்பனும் நல்லா படிக்கணும். உனக்கும் தம்பிக்கும் ஏதாவது உதவின்னா, மாமாகிட்ட கேக்கலாம் சரியா. என்னோட போன் நம்பர் அந்த கார்டுலே இருக்கு சரியா' என்றவாறு கிளம்பத் தயாரானார்.

ஐயா என்றபடி ஒரு சிறிய நெகிழிபையில் ஐந்தாரு கொய்யாப் பழங்களுடன் வேணியின் தாய் கயல்விழி அழைக்க, வேணி அந்த பையை வாங்கி வேலாயுதத்திடம் தந்தாள்.

'மாமா எங்க மரத்துல காய்ச்சது. உங்க வீட்ல என்ன மாதிரி பசங்க இருந்தா கொடுங்க' என்று சிரித்த முகத்துடன் கூறினாள்.

வேணியின் அன்பான பேச்சை மனதிலும், அவள் சிரித்த முகத்தை கண்களிலும் வைத்தவாறே வண்டியில் ஏறினார், வேலாயுதம்.

●

# 2. மௌனம்

**வா**னம் பிசுபிசுத்துக் கொண்டிருந்தது. மழையுமில்லை வெயிலுமில்லை. மெல்ல நகர்ந்த மேகக்கூட்டங்கள் மழையை பொழிய மனமின்றி வான்நீரை வாரியணைத்துச் சுமந்து கொண்டு போயின. மாலை ஐந்து மணிக்கெல்லாம் தன் தாய் வனஜாவை மருத்துவரிடம் அழைத்துச் செல்ல பணியிலிருந்து வந்திருந்தார், சந்தானம்.

வனஜாவிற்கு வயது சற்று ஏறக்குறைய அறுபத்தைந்து வயது இருக்கும். சற்று உடல்நலம் குன்றியிருந்தார்.

வனஜா அரசு மேல்நிலைப் பள்ளியில் சத்துணவு சமைக்கும் சமையல ராக பணியாற்றி ஓய்வு பெற்றவர். சிறு வயதிலேயே திருமணம். விரைவிலேயே விபத்தில் தன் கணவனை இழந்தவர். வனஜாவும் அவள் கணவரும் நல்ல தம்பதிகளாய் வாழ்ந்தனர். அவர்களுக்கு சந்தானம் என்ற மகன் பிறந்திருந்தான்.

கணவனை இழந்த வனஜா தாய் வீட்டிற்கு குழந்தை சந்தானத்துடன் வந்து விட்டார். அந்த ஊர் ஊராட்சிமன்ற தலைவர் உதவியுடன்

பள்ளியில் வேலை கிடைத்தது. முப்பது வருடங்கள் அர்ப்பணிப்பு உணர்வோடு பணிபுரிந்தவர்.

வறுமையில் வாழ்க்கை, சத்துணவு உணவே இருவேளை உணவாக அவர்களுக்கு அமைந்தது. சந்தானம் அந்தப் பள்ளியிலேயே பன்னிரெண்டாம் வகுப்பு வரை படித்து முடித்து கல்லூரி படிப்பும் முடித்து, நீதிமன்றத்தில் அரசு பணியில் சேர்ந்திருந்தார்.

அந்த வறுமையிலும் கடின உழைப்பில் ஒரு சிறிய வீடு கட்டி, மகனுக்கு திருமணத்தையும் செய்து முடித்திருந்தார்.

'அம்மா கிளம்பலாமா?' என்றவாறு மருத்துவமனைக்கு கிளம்பினார்கள் இருவரும். மோட்டார் சைக்கிளில் கிளம்பினர்.

சந்தானம் தாயை மருத்துவமனையில் மருத்துவரைப் பார்க்க செல்வதற்கு முன் அலைபேசியில் டோக்கன் போட்டிருந்தார்.

வண்டியில் மெதுவாக ஆஸ்பிட்டல் வந்து சேர்ந்தனர்.

கூட்டம் அதிகம் இல்லை. மூன்று பேர் அமர்ந்திருந்த பெஞ்சில் நான்காவதாக தன் தாயை அமர வைத்தார், சந்தானம்.

சிறிது நேரத்தில் 'வனஜா டோக்கன் நாலு உள்ளே போங்க' என்றார், வெள்ளை நிற ஆடையில் செவிலியர் ஒருவர்.

'அம்மா மெல்லமா எந்திரிங்க' என்றவாறு மெதுவாக மருத்துவர் அறைக்கு அழைத்துச் சென்றார், சந்தானம்.

மருத்துவருக்கு வணக்கம் செய்தனர் தாயும் மகனும். 'வாங்க வனஜாம்மா எப்படி இருக்கீங்க' என்று கேட்டு உட்கார நாற்காலியைக் காண்பித்தார், மருத்துவர். 'கால் வலி பரவாயில்ல டாக்டர். முதுகு வலிதான் தாங்க முடியல. இன்னா பண்றது டாக்டர் நீங்க தான் சொல்லோணும்' என்றாள் வனஜா.

'கவலப்படாதீங்கம்மா சரி பண்ணிடலாம்' என்றார் மருத்துவர்.

'என்னப்பா போன முறை வந்தப்ப ஸ்கேன் பண்ணனும்னு சொல்லி இருந்தேனே. இன்னிக்கு பண்ணிடலாமா?' என்றவர் ஸ்கேன் எடுக்க ஸ்கேன் சென்டருக்கு எழுதித் தந்தார்.

'எடுத்துடலாம் சார்' என்றவாறு தன் சட்டைப்பையைத் தொட்டுப் பார்த்தார் சந்தானம்.

நேற்றே வங்கிக்குச் சென்று ஸ்கேனுக்கு தேவையான மூவாயிரம் ரூபாயை எடுத்து வந்திருந்தார்.

'இதே தெருவுல வலது பக்கத்துல கடைசியில இருக்கற ஸ்கேன் சென்டர்ல எடுத்துட்டு வந்துடுங்க' என்றார் மருத்துவர்.

மாலை வேலை என்பதால் ஸ்கேன் சென்டர் காலியாக இருந்தது.

உள்ளே சென்று அம்மாவை அமர வைத்துவிட்டு டாக்டர் தந்த சீட்டை காட்டி 'ஸ்கேன் பண்ணனும்' என்றார் சந்தானம்.

'வாங்க சார் நேத்து நீங்க தானே வந்து ஸ்கேனுக்கு எவ்வளவு ஆகுமுன்னு கேட்டீங்க' என்றார் ஆய்வகத்தில் இருந்த இளைஞர்.

'ஆமாங்க சார் அம்மாவுக்குதான் ஸ்கேன் பண்ணனும்' என்றார்.

பாக்கெட்டில் கையை விட்டு பணம் எடுத்தார்.

ஐநூறு ரூபாய் தாள்களில் ஒன்றை மட்டும் எடுத்துக்கொண்டு மீத தாள்களை தந்தார்.

'சார் நேத்து ரெண்டாயிரத்து ஐநூறுன்னு தானே சொன்னேன். ரெண்டாயிரம் தரீங்களே' என்றார்.

'இல்ல சார் சரியா பாருங்க. ஒரு தாள தானே எடுத்தேன்' என்று தன் பணத்தை சரிபார்த்தார்.

'சார் பாருங்க நீங்க குடுத்த பணம் எங்கையில தான் இருக்கு பாருங்க' என்றவரின் கைகளில் நான்கு தாள்களே இருந்தது.

ஒரு நொடி அதிர்ந்தார் சந்தானம்.

ஐயோ! எங்க விட்டேன் பணத்தை என்ற எண்ணத்தில் பாக்கெட்டில் கை விட்டு துழாவிக் கொண்டிருந்தார்.

கையில் இருப்பது ஸ்கேனுக்கு சரியா போயிடுமே. அப்புறம் டாக்டர் பீஸ், மருந்து என சந்தானத்தின் எண்ண ஓட்டம் வேகமாக ஓடியது.

'சார் சீனியர் ஸிடிசனுக்கு பத்து சதவீதம் டிஸ்கௌண்டு இருக்கு. அதனால இன்னும் இருநூத்து ஐம்பது ரூபா குடுத்தா போதும்' என்றார் அந்த இளைஞர்.

சுதாரித்த சந்தானம் கையில் இருந்த ஒரு ஐநூறு ரூபா தாளை தந்தார். அம்மாவை ஆய்வகத்திற்குள் அனுப்பி வைத்த சந்தானம், தொலைந்த ஐநூறு ரூபாய் பற்றி சிந்தித்தார்.

நம் வீட்டில் இருப்பது நான்கு பேர் தான். குழந்தை, மனைவி, அம்மா, நானு. அப்படி இருக்க பணம் எப்படி தொலைந்திருக்கும். ஒரு வேளை நான் வங்கியில் விட்டிருப்பேனோ! இல்லையே பீரோவில் வைக்கும்போது எண்ணி தானே வைத்தேன். மனதில் ஏதோ ஒரு பிசைவு ஏற்பட்டது.

'சார் ஸ்கேன் ரிப்போட் கொஞ்ச நேரத்துல தந்துடறேன் வெயிட் பண்ணி வாங்கிட்டு போயிடுங்க' என்ற இளைஞரின் குரல் கேட்டு 'சரி சார்' என்றார் சந்தானம் அன்னிச்சையாக.

தாயை மெதுவாக அழைத்து வந்து அமர வைத்தார். மகனின் முகத்தை உற்றுப்பார்த்த வனஜா "இன்னாப்பா காசு ரொம்ப ஆயிடுச்சி தானே. இதுக்கு தான் சொன்னேன். அப்புறமா பாத்துக் கலாமுன்னு எங்க கேக்கற நீ" என்று வருத்தத்தோடு சொன்னார்.

'அதெல்லாம் ஒண்ணும் இல்லம்மா சும்மா இருங்க' என்ற சந்தானம் பத்து நிமிடம் கழித்து இரு நானு ரிப்போர்ட் வாங்கி வரேன் என்ற படி ஆய்வகத்தினுள் நுழைந்தார்.

மகனின் முகம் சரியில்லாததைப் பார்த்து மகனிடம் பணமில்லையோ. ஐயோ! கடவுளே அவனுக்கு நான் பாரமா இருக்கக்கூடாது. என்ன கூட்டிட்டு போயிடுபா, என்று கண்களை மூடி இறைவனிடம் தன் விண்ணப்பத்தினை விவரித்தாள், வனஜா.

'அக்கா! அக்கா! நீங்க வனஜா அக்கா தானே? பெரிய ஸ்கூல்ல ஆயாமாவா இருந்தீங்களே! என்ன தெரியுதாக்கா?' என்ற குரல் கேட்டு கண்களைத் திறந்த வனஜா, எதிரில் நின்ற பெண்ணைப் பார்த்து 'நீங்க யாருன்னு தெரியலையே' என்றாள் அப்பாவியாக.

'அக்கா நானு பல்லவி. நா பத்தாவது படிக்கும்போது எங்க அம்மா ரெக்காடு நோட்டு வாங்க குடுத்த பணத்த தொலைச்சிட்டு அழுதப்ப நீங்க தானே எனக்கு நோட்டு வாங்கி தந்தீங்க. அன்னிக்கி எங்கம்மா அடியிலிருந்து என்ன காப்பாத்தினீங்க. எப்படி இருக்கீங்க' என்றவாறு படபடவென பேசினாள்.

'எனக்கு எதுவுமே ஞாபகம் இல்லடா கண்ணு! நீ நல்லா இருக்கி யாம்மா' என்ற வனஜாவிடம் ஐநூறு ரூபாயை தந்து 'இத வெச்சுக் கோங்க கா நானு இங்க கம்பெனியில வேல செய்யறேன்'.

'எங்க கம்பெனியில ஒருத்தருக்கு உடம்பு சரியில்ல. அவங்கள பாக்க வந்தேன். உங்களையும் பாத்துட்டேன். சரி ஒடம்ப பாத்துக்குங்க நான் வரேன்' என்று பதிலுக்கு கூட காத்திராமல் மின்னலென மறைந்தாள்.

கையில் பணத்துடன் இருந்த அம்மாவைப் பார்த்து 'அம்மா ஏதும்மா பணம்' என்றார் சந்தானம்.

'அதுவாப்பா எப்பவோ பள்ளிகூடத்துல படிச்ச பொண்ணு. ஒரு நாள் நோட்டு வாங்கி குடுத்தேன்னு இன்னிக்கு ரூபா நோட்ட குடுத்துட்டு போறாப்பா.

நானு பதிலு சொல்வதுக்குள்ள ஓட்டமா போயிட்டாப்பா அந்த பொண்ணு. இந்தா இத வைச்சுக்கோ. என்னிக்கோ நா மறந்தே போயிட்டேன். சின்ன உதவி செஞ்சத கடவுள் எப்படி திருப்பி குடுக்குறாரு பாரேன்' என்ற படி பணத்தை தந்தாள் வனஜா.

'அம்மா அத நீங்க வெச்சுக்கோங்க ம்மா' என்ற மகனிடம், 'எனக்கு எதுக்குபா நீ வெச்சுக்கோ' என்று அவர் கைகளில் திணித்தாள் வனஜா.

அந்த ஐநூறு ரூபாய்த் தாள் அன்று அவருக்கு மகிழ்வைத் தந்தது.

'சரி வா டாக்டர பாக்கலாம்' என்றபடி தனது அம்மாவை மருத்துவரிடம் அழைத்துச் சென்றார்.

'சார்' என்றபடி உள்ளே நுழைந்தனர்.

மருத்துவர் ரிப்போர்ட்டை ஒரு நிமிடம் பார்த்து விட்டு, ‘அம்மா! உங்களுக்கு ஒரு பிரச்சனையும் இல்ல. நல்லா இருக்கீங் கன்னு ரிப்போட்டே சொல்லுது’ என்று தொடர்ந்தார்.

‘ஒடம்பு கொஞ்சம் வீக்கா இருக்கு, நான் கொஞ்சம் சத்து மாத்தர எழுதி தரேன். அதையும் சாப்பிடணும். அதோட நல்லா காய்கறிங்க சாப்பிடணும். சரிங்களாம்மா!’ என்றவாறு மாத்திரைச் சீட்டைத் தந்தார் மருத்துவர்.

சந்தானம் இருநூறு ரூபாய் பீஸ் தந்துவிட்டு அம்மாவை அழைத்துக் கொண்டு வெளியே வந்தார். மருந்துகளை வாங்கிக் கொண்டு வீடு வந்து சேர்ந்தனர்.

இரவு மணி ஒன்பது ஆகிவிட்டது.

மெல்ல ‘சத்யா சத்யா’ என்று குரல் கொடுத்தவாறு காலிங் பெல்லை அழுத்த ‘வரேங்க’ என்ற எதிரொலிப்புடன் கதவைத் திறந்தாள் சந்தானத்தின் மனைவி சத்யா.

உள்ளே வந்த கணவனைப் பார்த்து ‘என்னாங்க டைனிங் டேபிள் மேல இட்லியும் கார சட்டினியும் வெச்சிருக்கேன். நீங்களும் அத்தையும் சாப்பிடுங்க. குழந்த தூங்குது நானு உள்ள போறேன்’ என்றபடி, ‘என்ன சொன்னாரு டாக்டர்’ என்றாள் சத்யா.

‘ஒடம்பு வீக்கா இருக்காமா, மாத்திர மூனு வேளைக்கும் குடுத்திருக் காரு. வாங்கிட்டு வந்திருக்கேன்’ என்ற சந்தானத்தின் குரலில் சோர்வு கண்டவள், ‘சரி போய் ரெண்டு பேரும் சாப்பிடுங்க’ என்றவாறு படுக்கைக்குச் சென்றாள்.

சந்தானம் தன் கைகால்களைக் கழுவிக்கொண்டு வந்து, அம்மா வுக்கும், தனக்கும் தட்டில் இட்டலிகளை வைத்துக்கொண்டு கார சட்டினியுடன் சாப்பிட்டு விட்டு, அம்மாவுக்கான மருந்துகளை காலை, மாலை இரவு எனத் தனித்தனி டப்பாவில் போட்டு, எப்படி சாப்பிட வேண்டும் என்பதையும் கூறிவிட்டு படுக்கச் சென்றார்.

குறைந்து போன ஐநூறு ரூபாயைப் பற்றி ஞாபகம் வந்தது.

மனைவியிடம் கேட்கலாமா? வேண்டாமா? என்ற எண்ணத் திலே தூங்கிப் போனார்.

ஒரு வாரத்திற்குள் பணி நிமித்தத்தில் கொஞ்சமாக ஐநூறு ரூபாய் நிகழ்வு மறந்து போனது.

ஒரு நாள் மதிய வேளை மேகம் சற்றே கருத்தது.

'ம்மா சத்யா மழ வர்றமாதிரி இருக்கு, மாடி மேல துவைச்ச துணிய எடுத்துக்கிட்டு வந்துடுமா' என்றாள் வனஜா.

கோழி தூக்கத்தில் இருந்த சத்யா சட்டென மாடிக்கு விரைந்தாள்.

மளமளவென்று துணிகளை எடுக்கும்போதே தூறல் போட ஆரம்பித்தது.

துணிகளை எடுத்துக்கொண்டு வரும்போது படிகளில் கால் இடற, மடிந்தது கணுக்கால். ஒரே வலி 'அம்மா' என்ற சத்தத்துடன் உட்கார்ந்து விட்டாள் சத்யா.

சத்தம் கேட்ட வனஜா பதறிக்கொண்டு படிகளில் ஏறி சத்யாவை கைத்தாங்கலாக பிடித்துக் கொண்டு 'ஏம்மா பாத்து வரக்கூடாதா' என்றபடி மருமகளை மெல்ல அழைத்து வந்து ஷோபாவில் அமர வைக்காள்.

தண்ணீரை கொஞ்சம் டம்ளரில் ஊற்றி சத்தியாவிடம் தந்துவிட்டு, தன் மகனுக்கு போன் செய்யச் சென்றாள்.

'அத்த யாருக்கு போன் பண்றீங்க? உங்க புள்ளைக்கா! வேனா இந்த நேரத்துல பிஸியா இருப்பாரு அத்த' என்றாள் சத்யா.

'இன்னாமா சொல்ற கால பாரும்மா வீக்கம் குடுக்குது, அப்புறம் அவன் திட்டப் போறாம்மா' என்ற வனஜாவுக்கு, 'இல்ல அத்த நா பாத்துக்கறேன். நீங்க புளிய கெட்டியா கரைச்சி குடுங்க. கால்ல போட்டா வலிகுறையும்' என்ற பதில் சொன்னாள் சத்யா.

வனஜா தந்த புளி கரைச்சலை போட்டு அசையாமல் படுத்து விட்டாள் சத்யா.

அன்று மாலை குழந்தைக்கு பாலும் பிஸ்கட்டும் தந்து விளையாட விட்டிருந்தாள் வனஜா. வீடு திரும்பிய சந்தானம் மனைவியை பார்த்து 'என்னாச்சு கால் வீங்கியிருக்கு' என்றார் பதட்டமாக.

'பயப்படாதீங்க ஒண்ணுமில்ல. காலு சுளிக்கிடுச்சி பத்து போட்டிருக்கேன். சரியாயிடும்' என்னும்போது சந்தானத்தின் விரல்கள் சத்யாவின் கால்களை மெல்ல அசைத்துப் பார்த்தது.

'ஆ! ஆ!' வலியால் துடித்தாள் சத்யா.

'சத்யா ஆஸ்பிட்டலுக்கு போயிட்டு வந்துடலாம் வா' என்றார் சந்தானம்.

'வீக்கம் கொறையல போயிட்டு வந்துடு மா' வனஜாவும் கூற இருவரும் புறப்பட்டனர்.

மருத்துவனையில் சத்தியாவிற்கு எக்ஸ்ரே எடுக்க பரிந்துரைக்கப்பட்டது.

சந்தானம் மனைவியை எக்ஸ்ரே அறைக்கு மெல்ல அழைத்துச் சென்றார்.

'ஏங்க, இந்தாங்க காசு' என்று ஐநூறு ரூபாய் தாளை நீட்டினாள்.

'ஏது இந்தக் காசு?' என்று கேட்டார் சந்தானம்.

உங்க பணம்தான் இது. போன வாரம் பேங்குல இருந்து நீங்க எடுத்துட்டு வந்தீங்களே. பால்கார அண்ண அட்வான்சா ஐநூறு ரூபா கேட்டாரு. நானு பீரோவுல இருந்து எடுத்துக்கிட்டு வரத்துக்குள்ள போன் வந்ததுன்னு போயிட்டாரு. நானு காச சாமி படத் தாண்ட வச்சிட்டேன். மறுநாள் கேக்கவே இல்ல, நானும் மறந்துட்டங்க. அந்த ரூபாய இப்ப செலவுக்கு ஆகுமேன்னு எடுத்துக்குன்னு வந்தேங்க' என்ற பதிலை தெளிவாகத் தந்தாள் சத்யா.

ஆஹா! ஒரு நிமிடம் தவறாக நினைத்து விட்டேனே! அன்று நான் அவசரப்பட்டு கேட்டிருந்தால் பிரச்சனை வந்திருக்கும். மௌனமாக இருந்ததே நல்லது.

சூழல் மனைவியைக் கூட சந்தேகிக்க வைக்கிறது, தவறு என்னோடது. நான் அம்மாவுடன் வந்த போது பணத்தை எண்ணி எடுத்து வந்திருக்க வேண்டும். அவளும் என்னைக் கேட்டு பணம் எடுத்திருக்கலாம்.

பல நேரங்களில் 'மௌனம்' பிரச்சனைகளை தனதாக்கி சுமூகச் சூழலை மற்றவர்களுக்கு தந்து விடுகிறது என்பதை தனக்குத்தானே மௌனமாக சொல்லிக் கொண்டே.....

அமைதியாக அதை வாங்கிச் சென்று பணத்தை எக்ஸ்ரேவுக்கு செலுத்தி விட்டு, மனைவிக்கு மருத்துவம் பார்க்கச் சென்றார் சந்தானம்.

●

# 3. எல்லாமே நல்லதா நடக்கும்

இரண்டு அடுக்கு மாடிக்கட்டிடம். முதல் மாடி பளிங்குத்தரை. வெளிக்காற்று உள்ளே நுழைய அனுமதி கேட்டாலும் வழி இல்லை. காரணம் உயர் ரக கண்ணாடிக் கதவுகள். கதவுகளின் அழகை மறைக்கும் பொன்பட்டு திரைச்சீலைகள். கண்களில் பார்வையின் அளவை அகலமாக்கும் எழில்மிகு அமர்வு இருக்கைகள். சில்லென்ற குளிரும் அறைகள்.

சுவர்களை அலங்கரிக்கும் வண்ணமிகு ஓவியங்கள். ஆங்காங்கு பீங்கான் தொட்டிகள். அதன் அழகை விஞ்சும் பூங்கொத்துகள். இரவு அண்டம் போன்ற இரசிக்க வைக்கும் மேற்கூரைகள். இத்தனைக்கும் மேலாக கணினி பெட்டிகள். இவை அனைத்தும் அபிராமி வேலை செய்யும் ஒரு தனியார் வங்கியின் உள்ளழகு.

மணி 10-25 'அபி உன்ன மேனேஜர் சார் கூப்பிடராரு'. (அபிராமியை எல்லாரும் அப்படித்தான் அழைத்தார்கள்) வங்கி அலுவலர் அழைப்பு விடுக்க அபிக்கு மனது பேய்க்காற்றில் சன்னல் வீச்சு போல படபடத்தது. மெல்ல எழுந்து சுடிதாரை சரிசெய்து கொண்டு மேனேஜர் அறைக்கு முன் நின்றபடி இதயத்தின் அதிவேக

துடிப்புடன் 'மே ஐ கம் இன் சார்' என்ற குரல் கேட்டு கடுகடுப் பானார் மேனேஜர் அனந்தநாபன்.

'வாங்க. வாங்க மேடம் காலையில 10 மணிக்கு பேக்க மாட்டி கிட்டு பேங்குக்கு வரவேண்டியது, ஊர்கத பேசவேண்டியது. சாயங்காலம் மணி 5 ஆனதும் புறப்பட வேண்டியது. வேலண்ணு ஒண்ணு செய்றீங்களா? உங்க டார்கெட் போன சில மாசமா வெரி புவரா இருக்கு. ஆனா சம்பளம் மட்டும் உங்க அக்கௌண்டுக்கு வந்து விழுந்திடணும் இல்ல' என்றார் கோபமாக.

'சார்' என்றபடி துணை மேனேஜர் சுபாஷினி உள்ளே வந்தார். 'வாங்க மேடம் பேங்குல என்ன நடக்குது, ஏது நடக்குதுன்னு நீங்க ஏதாவது பாக்கறீங்களா இல்லையா? ஹெட் ஆபிஸிலிருந்து போன போட்டு காட்டு காட்டுன்னு வையராங்க. என்ன நடக்குது. இந்த மாதம் ஏன் டார்கெட் அச்சீவ் பண்ணல? அத நீங்க ஏன் பாக்கல' என்று மேனேஜர் கத்த, அபிக்கு ஏஸி ரூமில் உடைகள் நனைந்தன. கண் சொருகுவது போல் ஆகிறது. கண்களில் நீர் திரண்டு கன்னத்தில் விழவா வேண்டாமா? என்று கேட்டுக் கொண்டிருந்தது.

கைகள் தன் இயல்பு நிலையிலிருந்து மாறி அசைவுகளைத் தந்து கொண்டிருந்தது. குளிர்ச்சியான அறையிலும் அபிக்கு வியர்வைத் துளிகள் முத்துக்களாயின முகத்தில்.

சுபாஷினி மேனேஜரின் சத்தத்திற்கு பதிலேதும் பேசாமல் அபியை பார்த்துக் கொண்டு இருந்தார்.

'ஏன் மேடம். நான் கேட்ட கேள்விக்கு பதில் சொல்லாம அவங்கள பாத்துக்கிட்டு இருக்கீங்க. நீங்க ஏன் அவங்களுக்கு கைடட் பண்ணல' என்ற கேள்விக் கணைகள் சுபாஷினி மீது வீசப்பட்டது.

'விட்டல் வங்கி' என்ற பெயர் கொண்ட தனியார் வங்கி அது. இங்கு தான் கஸ்டமர் கேச்சராக அபியும் வங்கியின் டெவலப்மென்ட் ஆபிஸராக சுபாஷினியும் பணி செய்கின்றனர்.

அபி என்று அழைக்கப்படும் அபிராமியும் சுபாஷினியும் இந்த வங்கி யில் கடந்த ஆறு ஆண்டுகளாக பணி செய்கின்றனர். இருவரும் தங்கள் பணியை சிறப்பாக செய்யக் கூடியவர்கள். ஆனால் தற்போது

அபியின் சூழல் அவளின் பணியை கடினமாக்குகிறது. நான்கு மாதங்களுக்கு முன் தான் அபி தன் திருமண வாழ்வைத் தொடங்கி யிருந்தாள். திருமணத்திற்குக் கூட எட்டு நாட்கள் மட்டுமே விடுப்பு எடுத்திருந்தாள்.

‘சார் அபி நல்ல பர்பாமர். அவங்க வொர்க்க கரெக்ட்டா செய்யரவங்க. கொஞ்சம் டைம் குடுங்க சார். நான் பாத்துக்கறேன்’ என்று சொல்லி விட்டு வெளிய வா என்று என்ற அழைப்பை கண்களால் தந்துவிட்டு, தன் கேபினுக்குச் சென்றாள் சுபாஷினி.

அபி அந்த வங்கியில் கேச்சராக அதாவது அலைபேசி எண்கள் தந்து விடுவார்கள். அந்த எண்களைத் அலைபேசியில் தொடர்பு கொண்டு நிலம், வீடு, கார் போன்றவற்றை வாங்க கடன் பெறச் செய்வது, அதற்காக தமிழ், ஆங்கில மொழியில் சிறப்பாக பேசி வாங்க வைக்கும் திறன் அபியிடம் இருந்தது.

கீழ்தட்டு மக்களை எப்படி அணுகுவது என்றும், நடுத்தர மக்கள் நிலையில் நின்று பேசி அவர்களின் சூழல் வசதிக்கு ஏற்ப கடன் வசதி பெறச் செய்வதில் அபியின் மெல்லிய குரலும், அணுகும் விதமும் மாதம் இருபது முதல் முப்பது பேர் விட்டல் வங்கியின் வாடிக்கை யாளராக சேர்ந்திருந்தனர்.

நேர்மையும் நம்பிக்கையும் கொண்டிருந்த விட்டல் வங்கி மக்களிடம் பரவலாகவும் பேசப்பட்டது. சென்னை வேளச்சேரியில் கிளை வங்கியாக செயல்பட்டது.

சுபாஷினி அறைக்குச் சென்ற அபியின் கண்ணீர் அனுமதி கேட்காம லேயே விக்கல் விம்மலுடன் அருவிபோல் கொட்டியது. சுபாஷினி அபியின் தோள்களைப் பிடித்து ‘அழுதா இந்த சிக்கல் தீரும் அப்பிடின்னு நீ நெனெச்சா நல்லா அழுதுட்டு வா அபி’ என்ற சுபாஷினி தன் நாற்காலியில் அமர்ந்தாள்.

அடிக்கடி சுபாஷினி கூறும் வார்த்தைகள் ‘எதையும் பாஸிட்டிவ்வா நெனைங்க, எல்லாமே நல்லதா நடக்கும்’ என்று நண்பர்களிடம் பேசுவாள். இந்த தன்னம்பிக்கையே அவளின் உயர்வுக்கு உரமாக இருந்து, விதி என்று கூறுவதை விடுத்து மதி என்று கூறுவாள்.

தன் இயலாமை தனக்கு அவமானத்தை தந்ததை நினைத்து அழுத அபிக்கு சுபாஷினியின் பேச்சு இதமாக இருந்தது. தன்னை சுதாரித்துக் கொண்டு கண்களைத் துடைத்தாள். மேனேஜர் கூறியதை நினைத்து வருந்துவதை விட்டு சுபாஷினியை பார்த்தாள்.

சில நொடிகள் அமைதியாக கழிந்தன. சுபாஷினி மாநிறம். களையான முகம். படபடவென பேசுபவள். எல்லோரையும் பேச்சில் கவரக்கூடிய திறம் பெற்றவள். நல்ல நீளமான தலை மயிரை இன்றைய நாகரீகத்திற்கு ஏற்ப விரித்த கூந்தல், அழகில் உயர்ரக ஆடையில் வாசனை திரவிய மணத்துடன் நளினமான காட்சியிலும் மீண்டும் ஒருமுறை பார்க்கத் தோணும் அழகு.

'ஏன்? என்னாச்சு! பாஸ்கிட்ட இப்படி மாட்டிட்ட, ஷீவோட பேண்ட்டும் குதிக்குதே. என்கிட்ட சொல்லி இருக்கலாமில்ல' என்ற சுபாஷினின் பேச்சு அபியை சத்தமில்லாமல் சிரிக்க வைத்தது.

மேனேஜர் பத்மநாபன் சற்று உயரம் குறைவு. குள்ளமாக இருப்ப தால் பேசும்போது எக்கி எக்கி பேசுவது பார்ப்போரை சிரிக்க வைக்கும். மேனேஜருக்கு தெரியாமல் ரகசியமாக ரசிப்பார்கள். அதை நினைத்து தற்போது அபியும் சிரித்தாள்.

'சரிப்பா சொல்லுங்க ஏன் டார்கெட் கொறையுது. என்ன? நீங்க சமத்தா பண்றவங்களாச்சே! இப்ப என்னாச்சு? உங்க பிரச்சன தான் என்ன? சொல்லுங்க' என்று கேள்விகளை தொடர்ந்து கேட்டாள் சுபாஷினி.

'எங்கிட்ட டைம் மேனேஜ்மென்ட் பண்ண முடியாம போகுது. கல்யாணத்துக்கு முன்னாடி ஆபிஸ் பக்கமா இருந்தது. இப்ப இருபத்திரெண்டு கி.மீ. போயிட்டு வர வேண்டியிருக்கு' என்ற அபியின் குறையைக் கேட்ட சுபாஷினி, 'டோண்ட் வொரி நம்ம ஆபீஸ உங்க வீட்டுக்கிட்ட ஷிப்ட் பண்ணிடலாமா?' என்றாள் சிரித்தவாறே.

'ஏம்பா இதெல்லாம் ஒரு காரணமாப்பா.' சுபாஷினி பேச்சில் தூக்கல் இருந்தது.

'இல்லப்பா தெனமும் காலையில ஏழுமணிக்கே கெளம்பறேன். அப்படி கெளம்பி வரும்போது ரெண்டு பஸ்சு மாறி வந்து கஸ்டமர் கால்கிட்ட போடும்போது ரொம்ப சோர்வா பீல் பண்றேன். வீட்லேயும் அதிக வேல, முடிய மாட்டேங்குது பா. எனக்கே தெரியுது. என்ன பண்ணுறது' என்றவாறு நெற்றியை பிடித்தாள்.

'அவ்ளோ தானே! இதுக்கு நா ஒரு ஐடியா தரேன். அதன்படி நீ நடந்துகோ சரியா?' என்றவாறே சில நொடி பேச்சில் அபியின் முகம் அன்று மலர்ந்த பூப்போல அழகானது.

இரண்டு வாரம் கடந்தது. அன்று பத்மநாபன் முகமலர்ச்சியுடன் அபியின் கேபினுக்கு வந்தார். அபி திடிரென்று மேனேஜரைப் பார்த்ததும் 'சார்' என்றவாறே எழுந்து நின்றாள்.

'அபிராமி மேடம் வாழ்த்துகள். ஷாட் பீரியட்ல குட் அச்சீவ்மென்ட் எப்படி இது சாத்தியம். இந்த இரகசியத்த எனக்கும் சொல்லுங்க' என்ற பத்மநாபனின் வாழ்த்துக்கு, அலுவலக ஊழியர்கள் அனை வரும் கரவொலி எழுப்ப அலுவலகமே அபிக்கு வாழ்த்து கூறியது.

மகிழ்வின் சாரலில் அபிக்கு அழுகையே வந்தது. 'அபி எப்ப ட்ரீட்டு' என்ற சுபாஷினியின் குரல் நெகிழ வைத்தது. ஓடிச்சென்ற அபி சுபாஷினியை தோளோடு அணைத்துக் கொண்டு அழுதாள்.

'ஏய் என்னப்பா ட்ரீட்டு தானே கேட்டேன், அதுக்கு போய் சின்ன புள்ளையாட்டம் அழறையே, சரி சரி ட்ரீட்டு வேணாம். எல்லா ருக்கும் ஒரு சமோசாவும், டீயும் வாங்கி குடுப்பா போதும். எல்லாருக்கும் ஓ.கே. தானே' என்றபடி தானே ஆர்டர் செய்தாள்.

கண்களில் கசிந்து கன்னத்தை நனைத்த கண்ணீர்த் துளிகளைக் துடைத்த அபி, இந்த வெற்றி சுபாஷினியின் உதவியால் கிடைத்தது. அன்று அவள் செய்த உபகாரம் என் நேர சேமிப்புக்காக தனது ஸ்கூட்டரை பதினைந்து நாட்கள் எனக்குத் தந்து, ஒரு கூகுல் மேப் பார்த்து ஷாட் ரூட் கண்டுபிடித்துத் தந்து சீக்கிரம் பணிக்கு வர உதவியவள். மேலும் சில கஸ்டமர்களிடம் பேசி டார்கெட் அதிகரிக்கச் செய்தாள். அபிக்கு வேலைப் பளுவை சற்று குறைத்து உதவினாள். இதை அத்தனையும் போகிற போக்கில் செய்தவள்.

இவ்வளவும் செய்த சுபாஷினி என் வெற்றியைப் பார்த்து மகிழ்கிறாள்.

ஆனால் நான் ஓர் ஆண்டிற்கு முன் என் இரண்டு கஸ்டமர்களை அவள் டார்கெட் இணைப்பில் சேர்த்துக் கொண்டாள் என்று, நான் மேனஜரிடம் புகார் கூறியதும் அதற்கு சுபாஷினி இல்லை என்று வாதாடியதும், பிறகு தவறு அலுவலக பதிவில் என்பதை ஒப்புக் கொண்ட நிகழ்வு நினைவில் வர, அபிக்கு முள் ஒன்று தைத்தது போல் இருந்தது.

'எல்லாரும் வாங்க டீ வந்திடிச்சி, சமோசாவும் ரெடி' என்ற சுபாஷினியின் குரலுக்கு 'இரும்மா இன்னொரு குட்நியூஸ் சொல்றேன். நான் அபிக்கு ஒரு இன்கிரிமென்ட் குடுத்திருக்கேன். வேலைக்கு வர ஒரு ஸ்கூட்டர் ஒண்ணு அபிக்கு தர சுபாஷினி மேடம் ரெக்கமென்ட் பண்ணியிருக்காங்க' என்ற வார்த்தைகள் அபிக்கு மேலும் வெட்கத்தைத் தந்தது. ஒரு நொடியில் அபி சுபாஷினியை அணைத்து முத்தமிட்டாள்.

இப்படி ஒரு தோழியைத் தந்த இறைவனுக்கு நன்றி கூறி டீ சாப்பிட நகர்ந்தனர். டீயும் சமோசாவும் சுடசுட இருந்தது. நாவிற்கு சுவையும், நாசிக்கு மணமும், மனதிற்கு நெகிழ்வை அனைவருக்கும் தந்து கொண்டிருந்தது, மாலைப்பொழுது..!!

●

# 4. அறம் கலெக்டர்

**ஞா**யிற்றுக்கிழமை விடுமுறை நாள் தான். உடல் சோர்வு தட்ட மெல்ல எழலாம் என்று மெத்தையில் புரண்டு படுத்த கேத்தரின் டீச்சர் காதுகளில் கதவைத் தட்டும் ஓசை கேட்டது. ‘டீச்சர் டீச்சர்’ என்ற அறிமுகமான குரல். யாராக இருக்கும் என்று நினைத்தவாறே வெளிக் கதவை திறந்தாள்.

உயர்த்திய புருவங்கள் இறங்கும் முன் ‘என்ன சந்தனமாரி காலை யிலே வந்திருக்கேமா, சரி உள்ளே வா’ என்றவாறு உள்ளே சென்றார். சந்தனமாரி சிலையாக நின்றிருந்தாள் கையில் நெகிழிப் பையுடன்.

‘ஏன் என்னாச்சு உள்ள வாம்மா’ என்றாள் கேத்தரின் டீச்சர்.

‘டீச்சர் டீச்சர்’ என விம்மத் தொடங்கி கதறினாள் சந்தனமாரி.

‘என்னப்பா, என்னாச்சு’ என்று கூறியபடி, படி இறங்கி சென்று சந்தன மாரியை தன் மார்போடு அனைத்து கொண்டாள். ‘சரி வா வா உள்ளே போய் பேசலாம்’ என்றவாறு சந்தனமாரியை இழுத்தாள். மடார் என்று தன் கால்களில் விழுந்த சந்தனமாரியை ஒன்றும்

புரியாமல் படபடக்க 'ஏய் எழுந்திரிம்மா இதெல்லாம் என்ன உள்ளவா' என்று அவளை எழுப்பி தரதரவென வரவேற்பு அறைக்கு அழைத்து வந்தாள். 'சோபாவில் உட்காா் காபி கொண்டு வரேன்' என்று கூறிய கேத்தரின் ஆசிரியையின் கைகளை பிடித்துக் கொண்டு 'எனக்கு இப்படி ஆயிருச்சே டீச்சர். இனி நான் எப்படி படிப்பேன் டீச்சர்' என்று கதறினாள்.

ஒன்றும் புரியாத கேத்தரின் 'என்னன்னு சொல்லுடா, அழாதே நல்ல பொண்ணு இல்ல நீ, சொல்லு சொல்லு என்னாச்சு' என்று கேட்டும், சந்தனமாரி அழுது கொண்டே 'நான் எப்படி டீச்சர் அறம் கலெக்டர் ஆவேன்' என்றபடி தொடர்ந்து அழுதவளை, 'சரி முதல்ல நீ உட்காா் நான் முகம் கழுவிக் கொண்டு வரேன்' என்றவாறே கழிவறைக்கு சென்றாள்.

குழாயில் நீரில் தூரிகையை நனைத்து பற்பசையை நழுவ விட்டு அன்னிச்சையாய் பற்களில் தேய்க்க மனது எண்ண ஓட்டத்தை வேக மாக்கியது. என்னவாக இருக்கும், சந்தனமாரி திருவண்ணாமலை அரசு பள்ளியில் ஒன்பதாம் வகுப்பு படிக்கும் மாணவி, ஒல்லியான தேகம், கருப்பு நிறமானாலும் களையான முகம், சிரித்து பேசும் பாவனை உடையவள். எட்டாம் வகுப்பு வரை ஊர் பள்ளியில் படித்து விட்டு, ஒன்பதாம் வகுப்பிற்காக சுடர் அறக்கட்டளை சார்பில் செங்கம் அரசு மேல்நிலைப்பள்ளியான, கேத்தரின் டீச்சர் பள்ளியில் சேர்ந்தவள். மலைவாழ் பகுதியிலிருந்து வருகிறாள்.

தாய், தந்தை, பாட்டன், பாட்டி, இரண்டு தங்கைகள், ஒரு தம்பி என்ற குடும்பச் சூழல். வறுமை நோய் அவர்களையும் விடவில்லை. மதிய உணவு, உடை, விலையின்றிப் புத்தகம், நோட்டு என்று பள்ளி தந்ததால், அவள் தம்பி தங்கைகளுடன் பள்ளி சென்றாள்.

2018-2019 கல்வி ஆண்டில் கேத்தரின் பள்ளியில் சேர்ந்தவர்களை, முதல் நாள் அறிமுக வகுப்பில் உரையாடல் நடந்தது. கேத்தரின் தன்னை அறிமுகப்படுத்திக் கொண்டு மாணவர்களின் பெயர்களை கூறச் சொல்லி எதிர்கால லட்சியத்தை பகிரச் சொன்னாள்.

முப்பத்தெட்டு மாணவர்கள் கொண்ட வகுப்பறை. மாணவர்கள்

வழக்கம்போல் வரிசையாக மருத்துவர், பொறியாளர், வழக்கறிஞர், ஆசிரியர், காவலர், இயக்குநர் எனக் கூறினர். சந்தனமாரி எதுவும் கூறாமல் அமைதியாக நின்றாள்.

'என்னம்மா நீ என்ன ஆக போற' என்றாள்.

'நானு, நானு தெரியலையே' என்று வெகுளித்தனமாக கூறினாள். அவள் அப்படி கூறும்போது அவள் முகத்தில் எந்த ஒரு சங்கோஜமும் இல்லை. வெள்ளை மனதை முகத்தில் வெளிக்காட்டி அமர்ந்தாள். பக்கத்தில் இருந்த பெண் 'ஐய ஏதாவது ஒண்ணு சொல்ல வேண்டி யதுதானே' என இடித்து கூறியவளுக்கு, 'என்னென்னு தெரியாம எப்படி சொல்லறது' என்ற பேச்சைக் கேட்ட கேத்தரின் ஆசிரியர் கண்களில் சந்தனமாரி புகைப்படமானாள். ஒவ்வொரு நாள் வகுப்பிலும் சந்தனமாரியின் செயல் ஆசிரியரைக் கவர்ந்தது. தினமும் கரும்பலகையை சுத்தம் செய்வது, பானையில் நீர் நிரப்புவது, வகுப்பறை பெருக்குவது என யாரையும் எதிர்பாராது செய்வாள்.

முதல் பருவம் முடிந்து மதிப்பெண் தாள்கள் தரப்பட்டன. கேத்தரின் ஆங்கில ஆசிரியர், அவரும் பருவத் தேர்வு விடைத்தாளைத் தந்தார். ஆங்கிலம் என்றாலே வராதே மாணவர்கள் முகம் சுளிப்பார்கள். ஒரு சில மாணவர்களைத் தவிர அனைவரும் குறைவு. அதிலும் சந்தன மாரி மிகக்குறைவாக மதிப்பெண் பெற்றிருந்தாள்.

எந்த ஒரு சலனமும் இன்றி மதிப்பெண் தாள் பெற்றுக் கொண்டாள். 'சந்தனமாரி அடுத்த பருவத்திற்குள் நீ முயற்சி செய்தால் மார்க் எடுக்கலாம்' என்ற சந்தனமாரியை தன் வீட்டிற்கு தனிப்பட்ட முறையில் வரவழைத்தாள்.

கேத்தரின் மனதில் சந்தனமாரி உறவானதால் அவளுக்கு சனி, ஞாயிறுகளில் ஆங்கிலம் சொல்லித் தந்தாள். வாரம் இரு நாட்கள் சந்தனமாரி மதியம் 1 மணிக்கு வந்து மாலை 6 மணிக்கு செல்வாள்.

ஒருநாள் கேத்தரினும், சந்தனமாரியும் அறம் என்ற படத்தை தொலைக்காட்சியில் பார்த்தனர். அந்தத் திரைப்படம் அவளின் மனதை அசைத்தது. ஆசிரியரிடம் கேள்வி கணைகள் தொடுத்தாள்.

'டீச்சர் கலெக்ட்ரானா எல்லாமே செய்ய முடியுமா? எங்க ஊருக்கு பஸ் உட முடியுமா? நான் படிச்ச பள்ளிக்கூடத்துல பாத்ரூமெல்லாம் கட்ட முடியுமா? ரேஷன்ல அரிசிய எல்லாருக்கும் கொடுக்க முடியுமா? சாராயக்கடைய ஒழிக்க முடியுமா? சொல் லுங்க டீச்சர்' என்றாள்.

'ஆமாம் மாவட்ட நிர்வாகம் மாவட்ட ஆட்சியரான கலெக்டரிடம் தான் இருக்கும்' என விளக்கம் தந்த கேத்தரின், 'ஏன் நீ கூட நம்ம திருவண்ணாமலை மாவட்டத்திற்கே கலெக்டரா வர முடியும்' என்ற ஆசிரியரின் நம்பிக்கை வார்த்தை சந்தனமாரியின் மனதில் விதைகளாகப் புதைந்தது. ஒவ்வொரு நாளும் அவளின் செயலில் மாற்றம் இருந்தது. எதிலும் முன்பைவிட நேர்த்தி சேர்ந்தது. முன்பை விட விளையாட்டில் பங்கேற்றாள். பேச்சு, கட்டுரை என பல போட்டி பரிசுகள் தட்டி, நம்பிக்கையை உரமாக்கினாள், கேத்தரின் டீச்சரின் உதவியோடு.

பாடல்களில் நல்ல முன்னேற்றம். மற்ற ஆசிரியர்களும் சந்தன மாரியை பாராட்டினர். இரண்டாம் பருவத்தேர்வில் எல்லாப் பாடங்களிலும் நல்ல மதிப்பெண்கள் பெற்று ஆறாவது இடத்தை பிடித்தாள். அவள் செயல் மேலும் மெருகேறியது. விடுமுறையில் கேத்தரின் ஆசிரியையோடு கழித்தாள்.

அவளின் அன்பும், கரிசனமும் கேத்தரின் டீச்சர் கணவரையும் ஈர்க்கச் செய்தது. தபால் துறையில் வேலை பார்க்கும் மனோகர் அவளுக்கு சில நேரங்களில் கணக்குப் பாடம் சொல்லித் தந்துள் ளார். இப்படி அவர்களை சுற்றிவந்த சந்தனமாரியின் அழுகுரல் கேத்தரின் டீச்சரை உருகச் செய்தது.

அவசர அவசரமாக எண்ண ஓட்டங்களை நிறுத்திவிட்டு வந்தவள், வரவேற்பறையில் நின்று கொண்டிருந்த சந்தனமாரியை சமையலறைக்கு அழைத்து சென்ற போதும் அழுகை நிற்கவில்லை.

'நீ என்னென்னு சொல்லுடா' என்று கேட்டபோது, மனோகர், 'கேத்தரின் நான் நடைபயிற்சி போயிட்டு வரேன். டிகாஷன் போட்டு வச்சிருக்கேன். பால காய்ச்சுடு. நான் வந்து காபி சாப்படறேன்' என்றவாறு வெளியில் சென்றார்.

'டீச்சர் சீக்கிரம் வாங்க' என பின்புற படிக்கெட்டில் நின்று கொண்டு 'என்ன எப்படியாவது காப்பாத்துங்க டீச்சர்' என்று இரு கரம் கூப்பி வணங்கிய சந்தனமாரியின் பையை வாங்கி வைத்து விட்டு, சொல்லு என்ன பிரச்சன என்று கேட்ட கேத்தரின், சந்தன மாரியின் பதிலைக் கேட்டு ஒரு நிமிடம் அதிர்ந்தாள். என்ன செய்வது என்று புரியவில்லை. சரி வா என்றபடி மாடி அறையை பெருக்கி விட்டு இங்கே இரு வரேன் என்றவள், கீழிறங்கி வந்து அவளுக்கு ஒரு காபி போட்டு தந்துவிட்டு, இயந்திரமாய் குழாய் நீர் பிடித்தாள்.

'என்னம்மா இது குடம் நெறைஞ்சு தண்ணி கீழ போவுது பார்த்து கிட்டு இருக்க' என்றவாறு குழாய் மூடினார் மனோகர். 'என்னப்பா என்ன ஏதாவது மன வருத்தமா சொல்லுப்பா' என்றபடி கேத்தரின் தோளைத் தட்டினார்.

கேத்தரின், மனோகர் காதலித்து திருமணம் செய்து கொண்டவர்கள். ஒரு விபத்தில் தன் ஒரே மகளை இழந்தவர்கள். தன் மனைவியை யாரும் எதுவும் சொல்லக்கூடாது என நினைப்பவர்.

'என்னங்க' மாரி வந்திருக்கா என்ற கேத்தரின் சொன்னதைக் கேட்டு 'அந்த புள்ள எப்பவும் வரவ தானே பா. அதுக்கென்ன இப்ப' என்ற மனோகரின் கைகளில் தன் கைகளை இணைத்து இறுக பற்றிக் கொண்டு 'அவ வயசுக்கு வந்துட்டாங்க' என்றாள் கேத்தரின்.

எதுவும் பேசாமல் நின்றார் மனோகர். காரணம் மாரியின் மாமன் முப்பத்தைந்து வயதாகும். அவருக்கு முதல் மனைவி இறக்க மாரியை மணம் முடிக்க காத்திருந்தார்.

எப்படியும் மாமனுக்கு திருமணம் செய்து விடுவார்கள் என்று எண்ணியே அவள் படிப்பில் நாட்டமின்றி இருந்தாள்.

இப்போது அவளின் ஒற்றைக் கனவு, இலக்கு கலெக்டராவது. இப்ப அவங்க வீட்டுக்கு சொன்னா என்னாகும்? சொல்லவில்லை என்றாலும் சரி வராது. இருவரும் ஏதும் செய்ய முடியாமல் தவித்தனர். மாரியின் மாமன் அங்கு வாழும் மக்களின் தலைவன், செல்வாக்கு உடையவனும் கூட.

மகள் போல் பார்த்த குழந்தைக்கு எப்படி உதவி செய்யப் போகிறோம் என்ற பார்வையில் கேத்தரினை உள்ளே அழைத்து வந்தவர் 'சரி நீ நைட்டிய மாத்திட்டு சேல கட்டிகிட்டு வா மாரி வீட்டுக்கு போகலாம்' என்ற கணவரை, வேணாம், வேணாம் மாரி யோட அம்மாகிட்ட தனியா பேசலாம் என்றாள் கேத்தரின்.

'அதெல்லாம் சரிவராதுப்பா. அப்பறம் அந்த கொழந்தைய நம்ம வீட்டுக்குக்கூட அனுப்ப மாட்டாங்க. உனக்கென்ன அவ படிக்கணும், அவ்வளவு தானே நீ கிளம்பு. நான் பார்த்துக்கறேன்' என்றார் மனோகர்.

இருவரும் மோட்டார் சைக்கிளில் மாரி வாழும் மலைப்பகுதியை நெருங்கினர். 'என்ன பேசப்போறிங்க சொல்லிகிட்டேப் போறிங் களா?' என்று கேட்ட கேத்தரினுக்கு 'கம்முன்னு வாப்பா' என்றார் மனோகர். ஆடுகள், மாடுகள் அங்கங்கு படுத்திருக்க, சாணம் போட்டு வழியெங்கும் சாணம் வாசம் வந்து கொண்டிருந்தது.

மனோகர் ஒரு பெரியவரிடம் மாரியின் வீட்டை விசாரித்துவிட்டு மாரி வீட்டு வாசலில் வண்டியை நிறுத்தினார். வாசலில் மாரியின் தங்கைகள் விளையாடிக் கொண்டிருக்க, தந்தை மாட்டு சாணம் அள்ளிக் கொண்டிருந்தார். ஆசிரியரை பார்த்ததும் 'ஐயோ டீச்சரம்மா நீங்களா இம்புட்டு தூரம் வந்திருக்கீங்க, வாங்க வாங்க, ஐயா வணக்குமுங்க. எப்படி இருக்கீங்க' என்று கேட்டவாறே... 'அடியே வெளிய யாரு வந்திருக்காங்கன்னு பாரு' என்று கூறிக் கொண்டே அறுந்த கயிறு தொங்கிக் கொண்டிருந்த கட்டிலை போட்டார். 'உட்காருங்கா ஐயா' என்றார்.

'பரவாயில்லைங்க இருக்கட்டும்' என்று சொல்லும்போதே மாரியின் தாய் ''யம்மா யம்மா வணக்கமுங்க. இன்னா திடுதிடுப்புன்னு வந்திருக்கீங்க, காலையிலே ஸ்கூலு லீவுன்னு உம்ம வீட்டுக்கு மாரி வந்திச்சே, நீங்க பாக்கலையா, அப்ப எங்க போனா அவ?'' என்று கேட்டவருக்கு 'பயப்படாதீங்கமா. மாரி எங்க வீட்டுக்கு வந்திருக்கு. வீட்டுலதான் படிச்சிக்கிட்டு இருக்கா' என்றார் மனோகர்.

''ஏம்மா சொல்றீங்க, வரவர அந்த பொண்ணு வீட்ல ஒரு வேல செய்ய மாட்டேங்குது. புக்க எடுத்துக்குனு மலையாண்ட போயிடரா.

எப்ப பாத்தாலும் உங்கள பத்திதான் பேசுவா. உங்கள தெய்வமுன்னு சொல்லுவா, நான் தான் ஏதாவது திட்டினா, கடவுள் என்ன கேத்தரின் டீச்சர்கிட்ட பொறக்க வெச்சிருக்கலாம், நான் எப்பவும் அவங்க கூடவே இருந்திருப்பேன்னு சொல்லுவா'' என்றாள் மாரியின் தாய்.

'ஐயா மோர் காபி தண்ணி ஏதாச்சும்' என்று ஆரம்பித்த மாரியின் அப்பாவிடம் பேச தொடங்கினார், மனோகர்.

கேத்தரின் மனது காற்றில் ஆடும் சிறகுபோல் அங்கும் இங்கும் ஓடியது. என்ன சொல்லப் போகிறார் என்ற தவிப்பில் அவர் முகத்தை பார்த்துக் கொண்டிருந்தார்.

"ஒண்ணுமில்ல நானு ஒரு வாரம் ஆபிஸ் விஷயமா சென்னை போகணும், நான் போயிட்டா கேத்தரின் தனியா இருப்பா. அதான் மாரிய கூடவே விட்டு விட்டு போக உங்ககிட்ட கேக்கலாமுன்னு வந்தோம்" என்று முடித்த கணவரை சிறு நமட்டு சிரிப்பில் பாராட்டி னாள் கேத்தரின்.

'அதுக்கென்ன தாயி ஒருவாரம் அந்த கழுதய உம் வீட்டுல வெச்சிக்கோ. தொணையாவும் உங்களுக்கு வேலைக்கு ஒத்தாசையாவும் இருப்பா. நான் வேணும்னாகூட தினம் ஒரு எட்டு வந்துட்டு போறேன்' என்றார் மாரியின் தந்தை.

பெருமூச்சை மெல்ல இழுத்து விட்ட கேத்தரின் 'வேணாமுங்க நான் பார்த்துக்கறேன்' என்றாள்.

கேத்தரின் 'அப்ப நாங்க கிளம்புறம்' என்றவர்களிடம் 'இருங்க அவளுக்கு ரெண்டு துணி தறேன். தோய்ச்சு தோய்ச்சு போட்டுப்பா' என்றபடி ஒரு துணிக்கடை பையில் மாரியின் துணிகள் கேத்தரின் கைகளுக்கு மாறின. இருவரும் புறப்பட்டனர்.

சிறிது தூரம் வந்ததும் 'என்ன பேசுவீங்களோன்னு பயமா இருந்ததுப்பா. சூப்பரா இப்போதைக்கு சமாளிச்சாச்சு' என்று கூறிய கேத்தரின், மனதிற்குள் இதற்கு தற்போதைய தீர்வு தான் இது. இந்த பிரச்சனையை வெளியில் தெரியாமல் எப்படி பார்த்துக் கொள்வது என்று எண்ணியவாறு அமர்திருந்தார். 'என்னம்மா அமைதியா இருக்க என்றார்' மனோகர்.

'அவளுக்கு முதல் சடங்கு நம் வீட்டில் நானே செய்துவிடவா. நம்ம பொண்ணு இருந்தா நாம் செஞ்சிருப்போமில்ல' என்ற கேள்விக்கு தலையசைத்த மனோகரை கட்டியணைத்தபடி வண்டியில் பயணம் தொடர. 'அவள் நமக்கு மலைத்தேன், காய், கிழங்கு என மலைப் பொருட்கள் எத்தனையோ முறை தந்திருக்கிறாள். அவளுக்கு நாம் ஏதாவது செய்ய வேண்டும்' என்று நினைத்து 'என்னங்க நேரா வண்டிய பஜாருக்கு விடுங்க' என்றாள் கேத்தரின் டீச்சர். அவளுக்கு தேவையான துணிகள், சத்து பொருட்கள், பழம், பூ, மணி, வளையல் என மடமடவென்று பார்த்து பார்த்து வாங்கிய கேத்தரின் மனதில ஒரு இலட்சியப் பெண்ணுக்கு நாம் செய்யும் உதவியெனவும் நினைத்து மனநிறைவோடு வாங்கினாள்.

வீட்டின் முன் வண்டி நின்றதும், மாரி ஓடி வந்தவள், 'அம்மாகிட்ட சொல்லிட்டீங்களா டீச்சர்' என்று அழுதபடியே கேட்டாள்.

'இல்லப்பா, இல்ல. நீ இந்த வாரம் எங்ககூட நம்ம வீட்டுல இருக்கறதுக்கு சொல்லிட்டு வந்திருக்கோம். சரியா, பிறகு பார்த்துக்கலாம் வா' என்றவாறு அவளை குளிக்க வைத்து தலையில் பூச்சூடி அலங்காரம் செய்து, மாடியில் தனியாக அமர வைத்தாள்.

'சரிம்மா நான் சென்னைக்கு சாயங்காலம் கிளம்பறேன். துணிமணி எடுத்து வச்சுடு' என்ற மனோகரிடம் 'நிசமா தான் சொல்றிங்களா' என கேட்டாள் கேத்தரின்.

"பின்னே நான் இங்கேயே இருந்தா யாராவது பார்த்துட்டு சொல்லலாம். அதில்லாம என்னோட நண்பர் பரமசிவம் சென்னையில் இருக்கார். அவருக்கு உடம்பு சரியில்லை. அவர் தனியாத்தான் இருக்கார். அவரோட தங்கிட்டு அவரையும் பார்த்துட்டு என் வேலை கொஞ்சம் இருக்கு, அதனையும் முடிச்சிட்டு வரேன் சரியா?" என்றார் மனோகர்.

'என்னங்க இந்த மாதம் இப்படி சமாளிச்சோம், அடுத்த மாதம்' என்று இழுத்த கேத்தரின் கணவரை பாவமாக பார்த்தாள். 'தற்போது மார்ச்சு மாதம் ஒன்பதாம் வகுப்பு முடிந்து விடும். அடுத்த ஒரு வருடம் எப்படியாவது நீ கஷ்டப்பட்டு அவளை நல்ல மதிப்பெண்

பெற்று, மாவட்டத்தின் முதல் மாணவியாக தேர்ச்சி பெற பயிற்சி கொடு. அதுவரை இதை இப்படியே ஏதாவது சொல்லி சமாளிப் போம்' என்றார்.

"பத்தாம் வகுப்பில் அவள் தேர்ச்சி பெற்றதும், மாவட்ட ஆட்சியரிடம் அவள் மேற்படிப்பை தொடர உதவி கோரும்போது அரசின் கவனம் அவள் மீது விழும். அப்போது திருமணம் என்ற பேச்சை அவர்கள் குடும்பத்தார் எடுக்காமல் பார்த்துக் கொள்ள லாம். முயற்சி செய் முடியும். நாளைய அறம் கலெக்டர் நம் வீட்டில் உருவாகட்டும்" என்று சிரித்தபடி கூறிவிட்டு சென்னை புறப்பட தயாரானார் மனோகர்.

தன் எண்ணத்தை புரிந்து கொண்ட கணவரை பார்த்து அழகிய புன்முறுவலை பரிசாக தந்தாள் கேத்தரின்.

●

# 5. மஞ்சள் பேனா

**த**ரையின் சூடு கால் பாதங்களை விரட்டிக் கொண்டிருந்தது. கோடைச் சூரியனின் சுடர் கொழுந்து விட்டு எரிந்தது. சாலையில் மனித நடமாட்டம் அங்கொன்று இங்கொன்றுமாய் இருந்தது. மின் கம்பங்களில் கரையும் காகங்கள் கூட வெப்பச்சூட்டைத் தணிக்க கூடுகளில் புகுந்ததோ தெரியவில்லை. பச்சை நிறம் காட்ட மரம் செடி ஏதும் தெருவில் முளைக்காதிருக்க சிமெண்ட் கம்பளமாய் தெருக்கள். ஸ்கூட்டர், ஆட்டோ, கார் என வாகனச் சத்தத்திற்கு குறைவில்லை.

அறுந்த செருப்புடன் ஒற்றைக்கால் செருப்பில் வேகவேகமாக நடந்தார் ஒரு மிடுக்கான நபர். மூச்சு வாங்க அவர் வயிற்றுத் தொப்பையோ மேலும் கீழும் ஆடி நாடித்துடிப்பை அதிகமாக்கியது.

'தம்பி! தம்பி! இந்தா அஞ்சு ரூவா' என்ற குரலைக் கேட்டு விட்டுப் பாடம் எழுதிக் கொண்டிருந்த மணிமாறன் பார்த்தான். கை விரல்களில் தங்க மோதிரம் பளபளக்க கறுப்புக் கண்ணாடியை சரி செய்தவாறு மிடுக்கான நபர் ஒருவர் ஐந்து ரூபாய்த் தாளுடன் நின்றார்.

'என்ன சார், என்ன வேணும்?' என்று கேட்டான், மணிமாறன்.

'தம்பி காலைல ஒரு பதினோரு மணி வாக்குல இங்க ஒருத்தர் இருந்தாரே அவரு எங்க?' என்ற மிடுக்கான மனிதரிடம். 'ஓ.. அவரு எங்கப்பாதான் சார். டீ குடிக்க போய்யிருக்காரு சொல்லுங்க. உங்களுக்கு என்ன வேணும்?' என்றான் மணிமாறன்.

'ஒன்னுமில்லப்பா காலையில உங்கப்பா என் செருப்ப தெச்சு குடுத்தாரு. அப்ப என்கிட்ட சில்லர இல்ல. வரும்போது தரேன்னு போயிட்டேன். இந்தா காக வாங்கிக்கோ' என்றார். 'ஒரு செருப்பா, ரெண்டு செருப்பா சார்' என்றான் மணிமாறன். 'என்னாது' என்று குரல் உயர்த்திய நபரிடம் 'இல்ல சார் ஒரு செருப்பு தச்சாரா? ரெண்டு செருப்பு தச்சாரான்னு கேட்டேன்' என்றபடி அவர் கால்களைப் பார்த்தான்.

'ஏன்னா, ஒரு செருப்பு தெச்சா அஞ்சு ரூவா. ரெண்டு செருப்பு தெச்சா பத்து ரூவா சார்' என்ற மணிமாறனிடம் ஐந்து ரூபாய்த் தாளைத் தந்து விட்டு, பேசாமல் நடந்தார் அந்த மனிதர்.

'இன்னாடா மணி யாரப் பாக்குற அந்தப் பக்கமா?' என்ற குரல் கேட்ட திசையைப் பார்த்து "அப்பா காலையில ஒருத்தர் உங்கிட்ட செருப்ப தெச்சிகிட்டு சில்லர இல்லேன்னு போனாராமே. அவரு இப்ப வந்து இந்த அஞ்சு ரூவாய தந்தாரு. ஏம்பா காலையில அவருக்கு எத்தன செருப்பு தெச்ச? ஒண்ணா, ரெண்டா? ப்பா. நானு பாத்தேன். அவரு கால்ல இருந்த செருப்பு ரெண்டும் புது நூல்ல தெச்ச செருப்பா இருந்தது" என்றான் மணிமாறன்.

'ரெண்டு செருப்பு தாம்பா தெச்சு குடுத்தேன்' என்ற பதிலைத் தந்து விட்டு தொழிலைப் பார்க்கத் தொடங்கினார். "அப்பா அவரு உனுக்கு பத்து ரூவா தரணும்பா. எதுக்கு அஞ்சு ரூவா மட்டும் தந்தாரு? ஒரு வேல மறந்திருப்பாரோ. சேச்சே நான் தான் தெளிவா சொன்னேம்பா ஒரு செருப்புக்கு அஞ்சு ரூவான்னு. அப்படி சொல்லியும் இந்த காசத்தான் குடுத்திருக்காரு" என்று புலம்பித் தள்ளினான் மணிமாறன்.

'என்ன செலவு இருந்துதோ கொறச்சி குடுத்திருக்காரு. சரி அத விட்டுட்டு பாடம் எழுதுப்பா' என்றார் குமார்.

'அதில்லப்பா நாம நீ ரெண்டு செருப்ப தெச்சா அதுக்கு கரெக்டா பத்து ரூவா தானே தரணும். இல்லையாப்பா?' என்றவனுக்குச் குறுஞ்சிரிப்பை மட்டுமே பதிலாகத் தந்தார் குமார்.

மணிமாறனுக்கு வீட்டுப்பாடம் எழுத மனம் செல்லவில்லை. 'எதுக்கு காச கொறச்சி குடுத்தாரு' யோசித்துக் கொண்டே அப்பா குமாரிடம் கேட்டான்.

'அவரப் பாத்தா நல்ல வசதியான ஆளாத்தான் இருக்காரு. பளபளன்னு மோதரம், வாச்சி எல்லாம் போட்டிருக்காரே. அப்போ காசு இருக்குமில்லப்பா. நமக்கு எப்படி தந்தா என்னா?ன்னு நெனச்சி இருப்பாரோ! இல்ல கொடுக்க மனசில்லையா?' என்று கேட்ட மகன் மணிமாறனிடம் 'ஏன்டா சும்மா பேசிட்டிருக்கிற... வேலைய பாப்பியா! நைநைன்னு ஏதாவது சொல்லிகிட்டு' என்று அதட்டினார் குமார்.

'ஐயோ அப்பா இந்தா தான் டீ குடிச்சிட்டுப் போறாரு. நான் போயி காச கேட்டு வாங்கியாரேன் பா. அந்த அஞ்சு ரூவா இருந்தா நான் ஒரு பேனா வாங்கிப்பேன் பா' என்று அனுமதி கேட்டான் மணிமாறன்.

'டேய் மணி விடுடா அதோட நீ யாருக்காவது உதவி செஞ்சேன்னு நெனெச்சுட்டு போவியா! அதையே பேசிகிட்டு' அதட்டினார் குமார்.

இத்தனையும் சாடையாக கேட்ட மிடுக்கான நபருக்கு சுருக் கென்றது. 'யாருக்காவது உதவி செஞ்சேன்னு நெனச்சிக்கோ' என்ற வார்த்தைகள் ஈட்டியாய் இதயத்தை துளைத்தது.

"சித்திரை வெயில் கால் பூமியில் பதிக்க முடியாமல் அறுந்த செருப்பை கைகளில் ஏந்தி நடக்க முடியாமல் நடந்து வந்த எனக்கு, ஒரு வேப்ப மர நிழலில் திறந்தவெளி வெப்பக்காற்று சூட்டில் அமர்ந்து கொண்டு, செருப்பு தைக்கும் குமாரிடம் காலையில் இரு செருப்பையும் தைத்துக் கொண்டு பணம் ஏதும் தராமல் சென்றோம். திரும்பி வந்த போது சின்ன புத்தியால் பணத்தை குறைத்து குடுத்தேனே" மனம் அசைந்து பிசையத் தொடங்கியது.

சின்னப்பையன் சரியா பேசுறான். நாம இப்படி நடந்து கொண்டது தவறுதானே? என்ன செய்யலாம், என்றவாறு...

விறுவிறு என்று ஒரு எழுதுபொருள் அங்காடிக்குள் சென்று சில பேனாக்களுடன் மணிமாறன் முன் நின்றார்.

'இந்தாப்பா இந்த பேனா உனக்குத்தான் எடுத்துக்கோ' என்ற குரல் கேட்டு நிமிர்ந்தான். அரை மனதுடன் எழுதிக் கொண்டிருந்த மணிமாறன் 'அப்பா இந்த சார் தான் பணத்த...' என்று இழுக்க குரல் தோய்ந்தது. 'என்ன சார் பேனா தர்ரீங்க' என்றவனை பல வண்ணப் பேனாக்கள் கண்களைச் சுண்டி இழுத்தது. அதில் அவனுக்குப் பிடித்த மஞ்சள் பேனாவும் இருந்தது. 'எடுத்துக்கோ உனக்காகத் தான் வாங்கினேன்' என்ற மிடுக்கான நபருக்கு 'வேணாம் சார். எனக்கு எங்கப்பா வாங்கித் தருவாரு' மணிமாறனின் பதிலில் தன்மானம் கலந்திருந்தது.

"இல்லப்பா நான் சின்ன பசங்களுக்கு எப்பவாவது ஏதாவது வாங்கித் தருவேன். இப்ப உனக்கு வாங்கினேன். எடுத்துக்கோ. உங்கப்பா உன்ன ஒண்ணும் சொல்ல மாட்டார்' என்றவரிடம் இருந்த பார்வையை, அவன் அப்பா குமாரிடம் திருப்பினான்.

'வாங்கிக்கவா?' என்ற கேள்வியைப் பார்வையால் கேட்க, தலை யசைத்த அப்பாவிற்கு ஒரு செல்லச் சிரிப்பை வீசிவிட்டு அவனுக்குப் பிடித்த மஞ்சள் பேனாவை எடுத்தான்.

'இல்ல தம்பி எல்லா பேனாவும் உனக்குத்தான். நீயே வெச்சுக்கோ' என்றவுடன், 'வேணாம் சார், எனக்கு ஒண்ணுபோதும்' என்று மஞ்சள் பேனாவை மூடி கழட்டி எழுதி பார்த்தபோது, அவனின் தேவையில் எல்லை இருப்பதை உணர முடிந்தது.

'நல்ல பையன். உங்க பையன். மத்தவங்க பொருளுக்கு ஆசப்படக் கூடாதுன்னு சொல்லி வளத்திருக்கீங்க போல. நல்லா வருவான்' என்று சொல்லியபடி சாலையில் செருப்புடன் இறங்கி நடந்தார் மிடுக்கான நபர்.

'உழச்ச காசு வீண் போகாதுன்னு அம்மா அடிக்கடி சொல்லும். அது இப்ப சரியா இருக்குதே. ரெண்டாவது செருப்பு தெச்சு காசு மஞ்ச பேனாவா என் கைக்கு வந்திருச்சில்ல' என்ற மகிழ்வில் மணிமாறன் புதுப் பேனாவில் எழுதத் தொடங்கினான்.

# 6. கிடைச்சிருச்சீசீசீ..!

**வி**ரலி உடைந்த கண்ணாடி முன் நின்று தன் சிகையை வாரிக் கொண்டிருந்தாள். ஏழாம் வகுப்பு பயில்பவள். செம்பட்டை முடி எண்ணெயும் காணாத எத்தி நிக்கும் தலைமுடி. இல்லாத எண்ணெய் பாட்டிலை ஆட்டி ஆட்டி பார்க்கிறாள். சொட்டு எண்ணெய்யும் சொடுக்கிலும் இல்லை.

'இந்தம்மா எண்ணெய்யே வாங்க மாட்டேங்குது' என்றபடி டொக் கொன்று வைத்தவள், முகம் மட்டும் தெரியும் கண்ணாடி முன் நின்று தலையைக் கோதி முன்னும் பின்னும் எக்கி எக்கி பார்த்தாள். தன் காதைத் தொட அதிர்ந்தாள்.

ஒற்றைக் காதைத் தொட்டபடி கண்ணாடியை குனிந்து குனிந்து மறுபடியும் பார்த்தவள் பதட்டமானாள். கண்ணாடி ஒற்றைக் காதணியைக் காண்பித்தது. 'கல் உடைக்கும் சூலையிலே மண் குழைத்து சேர்த்த பணத்தில் வாங்கினது. பத்திரம்' என்ற அம்மாவின் குரல் சுள்ளென்று நெற்றியில் உறைத்தது.

"ஆறு மணிக்கு அம்மா வரும். தோடு எங்கடின்னு கேக்கும். ஐயோ தொடப்ப அடியோட வாயால வையுமே. கடவுளே காப்பாத்து"

விரலியின் கைகள் தானாக இறைவனை தொழுதது. விரலி ஐந்து வயதாக இருந்தபோதே ஒரு விபத்தில் விரலியின் அப்பா ஏகாம்பரம் காலமாகி விட்டார். ஏகாம்பரம் நல்ல உழைப்பாளி என்று ஊரே சொல்லும். ஊரில் யார் வீட்டில் நல்லது கெட்டது எது நடந்தாலும் முன்னாடி நின்று எடுத்துப் போட்டு வேலைகளைச் செய்பவன். போறாத வேளையோ பொல்லாக்கண்ணோ சைக்கிளில் வந்தவனை, தண்ணி லாரி தட்டிவிட அந்த இடத்திலேயே உயிர் பிரிந்தது.

மனைவியையும், குழந்தை விரலியையும் விட்டு விட்டு சென்று விட்டான். அவன் இறந்த நாளில் உச் கொட்டாத மக்களே அவ்வூரில் இல்லை.

கணவனை இழந்த விரலியின் தாய் சகுந்தலா, தனியொரு பெண்ணாக நின்று கஷ்டப்பட்டு செல்ல மகள் விரலியை வளர்ந்து வருகிறாள்.

இரண்டு ஆட்டிக்குட்டியும், ஒரு ஓலை குடிசையுமே அவர்களின் சொத்து. கணவர் இறப்பிற்குப் பின் சகுந்தலா செங்கல் சூளையில் வேலை பார்த்து வருகிறாள்.

காலையில் சென்ற இடமெல்லாம் விரலியின் கண் பார்வை அகல விரிந்து துழாவியது. மைதானம், மேட்டுச் சந்து, கன்றுக்குட்டி கட்டிய இடம் எங்கும் தோடு விரலியின் பார்வையைத் தொடவில்லை. காலையில் குடித்த கஞ்சி சிறுகுடலை கடந்து சென்றதால், வயிற்றில் பசித்தீ பரவ ஆரம்பித்தது.

'விரலி வாடி மொயிலார் வீட்டு தொன்னந்தோப்புல தென்னமட்ட கெடக்குதாம் பொறுக்கியாறலாம்' என்ற சகியின் குரல் எங்கோ கேட்பதுபோல் இருந்தது. அம்மா வருவதற்குள் தோடு கிடைக் கணுமே. கடவுளே பிள்ளையாரப்பா கண்களில் நீரோடு உட்கார்ந்து விட்டாள். உடல் சோர்வு பசிமயக்கம் அபயமளித்தது தூக்கம்.

நாய்கள் குரைக்க கண் விழித்தாள் விரலி, சூரியன் தன் சுடர் வீச்சை மெதுவாக குறைத்துக் கொண்டிருந்தது. கண் அசந்துட்டோமே. அம்மா வந்தா வையுமே, எண்ணம் தட்ட வீட்டில் தேடல் பயணத்தை தொடங்கினாள்.

தரையோ மீன்செதிள்கள் போல பெயர்ந்து போய் இருந்தது. இதில் எப்படித் தேடுவது ஏதும் புரியாது தான் படுத்த ஓலைப்பாய் கண்ணில்பட பாயில் இருக்குமோ?

விரைந்து பாயை எடுத்தாள். மனம் கட்டளையிட்டது. ‘மெல்ல வெளியே கொண்டு போ! தட்டாமல் தேடு’ அப்படியே செய்தாள். வாசலில் விரித்த பாய் விரலியை பாவமாக பார்த்தது. கிழிந்த பாயில் ஒவ்வொரு அங்குலமாக பார்வையில் அலசுகிறாள்.

நேரம் விரைந்து கொண்டிருக்க! தோடின் மூலத்தண்டு ஓலைப் பாயில் குத்தி இருப்பதைப் பார்த்தாள். விரலியின் கண்களில் வெளிச்சம் பரவியது. ‘ஐயோடா இந்தா கெடக்கு’ மனநிம்மதியுடன் தோட்டை எடுத்தாள். அடுத்த நொடி மீண்டும் நொடிந்தாள். காரணம் தோடின் திருகை காணவில்லை.

“ஐய்யையோ திருக காணலையே. திருகு ரொம்ப சின்னதா இருக்குமே எப்படி தேடறது? இனிமே இந்த தோட்ட போடவே கூடாதுப்பா ஐயோ! சாமி ஏதாவது சந்தையில் விக்குற ஜிமிக்கி கம்மல தான் போட்டுக்கணும். அதுன்னா கலர்கலரா போட்டுக்கலாம். தொலஞ்சாலும் அம்மா திட்டாது” எண்ணத்தில் வெறுப்பைச் சேர்த்தாள், விரலி. இன்னும் எங்கே தேடுவது. வீட்டிற்குள் சென்றாள். தரையில் தன் விரல்களால் கபடி ஆடினாள். ஒவ்வொரு பகுதியையும் பகுத்து ஆய்ந்தாள். சோர்வு அடுப்பங்கறைக்கு அழைத்துச் சென்றது.

அவளுக்கு பிடித்த மொச்ச கருவாட்டுக் கொழம்பு. மணமோ சுண்டி இழுத்தது. விரலி பசிக்கு புசித்தாள். மணி ஐந்து, அல்லா கோவிலில் தொழுகைச் சத்தம்.

‘ஐய்யோ அம்மா வந்துடுமே. காதுல தோடு எங்கடின்னு’ கேக்கற அம்மாவின் குரல் திரும்ப திரும்ப கண்முன் வந்தது விரலிக்கு.

எண்ணம் போல் அம்மாவின் குரல் தூரத்தில் கேட்க, மற்றொரு தோட்டையும் கழட்டி வைத்து விட்டு மடமவென்று முகம் கழுவிக் கொண்டு வாசல் பெருக்கினாள்.

‘ஏண்டி இம்மா நேரம் இன்னா பன்னே. நாலு மணிக்கெல்லாம் வாசல் பெருக்க வேண்டியது தானே. பள்ளிக்கூடம் போனா தான்

லேட்டா செய்வேன்னு பாத்தா, லீவு டையத்துல கூட இப்படியே இருக்க, சின்ன புள்ளையாட்டம் எப்பவும் வெளையாட்டுத்தனம்' அம்மாவின் குரலில் சலிப்பு இருந்தது.

"சரி சரி மசமசன்னு நிக்காம தண்ணி தெளிச்சி ஒரு கோலத்த இழுத்திட்டு வா. அப்படியே கடைக்கு போயி மூனு முட்ட வாங்கியா தொக்கு வச்சி தாரேன். இந்தாடி இருவது ரூவா இருக்குது பாரு. நான் போயி ஒடம்புல தண்ணிய ஊத்திகிட்டு வர்றேன்' என்றவள் தட்டி குளியறைக்குள் நுழைந்தாள்.

தன் முகத்தைக் காட்டாது சரசரவென கோலம் போட்டுவிட்டு திண்ணையில் வைத்த, இருபது ரூபாயை எடுத்தாள்.

'விரலி ரெண்டு ரூவாய்க்கு ஏதாவது வாங்கி சாப்ட்டுக்கோ' என்ற அம்மாவின் குரலில் பாசம் இழையோடியது. ஆனால் விரலிக்கு திருகின் நினைப்பு வாட்டியது.

ரூபாயை தன் சட்டைப்பையில் பத்திரமாக வைத்தவளின் கைகளில் முள் போன்று குத்தியதை எடுத்துப் பார்த்தாள். கண்களில் நீர்த்துளி பனித்தது.

'கெடச்சிருச்சி' சத்தம் வெளிவர...

'இன்னாத்துக்கு விரலி சத்தம் போடுற' அம்மாவின் குரல் விரலியின் காதில் விழவில்லை. மாறாக அம்மா அணிந்து தேய்ந்த செருப்பு கண்ணில் பட்டது.

அம்மாவின் செருப்பை போட்டு நடந்த விரலி, தான் வேகமாக நடப்பதை உணர்ந்தாள்.

அம்மாவின் வாசம் நினைவில் ஆட கடையில் முட்டையுடன் அம்மாவுக்கு பிடித்த தேங்காய் பிஸ்கட்டை வாங்கி கையில் பத்திரப் படுத்திக்கொண்டு வேகநடை போட்டாள் விரலி.

●

## 7. சிவந்த நிலவு

**தை**யல்நாயகி பெயருக்கு ஏற்றாற்போல் நல்ல குணமுள்ள பெண். களையான முகம். கபடு இல்லாத பேச்சு, மாநிறம். மஞ்சள் பூசி குங்குமம் பதித்த நெற்றி. ஐந்தடிக்கு மேல் உயரம். பார்க்க முப்பது வயதினள் போல் இருப்பவள். ஆனால் நாற்பத்தைந்து அகவையை கடந்து நிற்பவள்.

நரையில்லா தலைமுடி, அதிகம் பேசாமல் இரத்தினச் சுருக்கமாய் பேசும் இயல்பு கொண்டவள். வேலை செய்வதில் கெட்டிக்காரி. முகம் சுளிக்காத பண்புடையவள். ஒரு மகனும் மாற்றுத்திறனாளி யாக ஒரு பெண் குழந்தையும் உண்டு. அரசு பள்ளியில் படிப்பு. கணவன் வாரத்தில் மூன்று நாட்களுக்கு கூலி வேலைக்கு சென்று விட்டு அந்த பணத்தில் குடிப்பவன். பணம் தீர்ந்ததும் மனைவி வேலை செய்யும் இடங்களுக்கு வந்து பணம் வாங்குவது அவன் பழக்கம். குடும்ப அக்கறை இன்றி வாழ்பவன். சொக்கலிங்கம் என்ற பெயர் கொண்டவன்.

தையல்நாயகியை எல்லோரும் தையல் என்று அழைப்பார்கள். நான்கு வீடுகளில் வீட்டு வேலைக்கு உதவியாய் இருப்பவள். காலை

ஒன்பது மணிக்கு குழந்தைகளை பள்ளியில் விட்டு விட்டு வருவது வழக்கம். விடுமுறை நாட்களில் தன்னுடனே மகளை வேலைக்கு அழைத்து வந்து விடுவாள்.

வரும்போது வீட்டு முதலாளி அம்மாக்கள் கூறும் சில்லறை சாமான்களை வாங்கி, அவரவர்களுக்கென தனியாக பொருட்கள் பையில் போட்டு, சரியான சில்லறையுடன் ஒப்படைப்பவள். அவர்கள் தந்தாலொழிய எதையும் எடுக்காத பண்புடையவள். இதனாலேயே நான்கு பேர் வீட்டிலும் அவளை நன்றாக நடத்து வார்கள். வீட்டு முதலாளிகள் கூட தங்கள் வீட்டில் ஒரு நபர் போல நடத்துவார்கள்.

ஐந்து ஆண்டுகள் கடந்துவிட்டது. அன்றும் அப்படித்தான். தையல் முதலில் அவரவர் பொருள்களை தந்துவிட்டு, முதலில் வாணி வீட்டில் வேலைக்கு வந்துவிடுவாள். அன்றைக்கும் அதுபோல வந்து விட்டாள்.

'என்ன தையல் குழந்தைகளை ஸ்கூல்ல விட்டுட்டியா' என்றபடி கதவைத் திறந்தாள் வாணி.

'என்ன சோர்வா இருக்க? உடம்பு கிடம்பு சரியில்லையா மா' என்றாள் வாணி.

'அதெல்லாம் ஒண்ணுமில்லமா' என்று சொல்லிக்கொண்டே, சிங்கில் இருந்த பாத்திரங்களை துலக்க ஆரம்பித்தாள்.

மனம் ஒன்றவில்லை தையலுக்கு. வேலையில் தொய்வு தெரிந்து சூடான காபியைத் தந்து 'இத குடிச்சிட்டு வேலைய செய்' என்று கண்ணாடி டம்ளரில் காபியுடன் நின்றாள் வாணி.

'என்ன நேத்து வீட்டுல ஏதாச்சும் சண்டையா?' கொக்கி போட்டாள், வழக்கறிஞர் மனைவி வாணி.

சிறிய சிரிப்பை மட்டும் பதிலாக தந்துவிட்டு, காபியை குடித்தாள் தையல்.

வேலையை துரிதப்படுத்தினாள். வெள்ளைத் துணிகளை தனியாக சோப்பு போட்டு துவைத்தவள், வாஷிங்மிஷினில் உள்ள துணிகளை

யும் உலர வைத்தாள். மேலும் சில வேலைகளை முடித்துவிட்டு கிளம்பத் தயாரானாள்.

நேற்றைய உணவு, இன்றைய உணவு என எது இருக்கிறதோ அவைகள் தையலின் கட்டை பைக்கு இடம் மாறும்.

'அம்மா வேலைய முடிச்சிட்டேன். நான் கிளம்பறேன்' என்று குரல் கொடுத்து விட்டு வெளியே வந்தாள்.

தெருவில் நடக்க ஆரம்பித்தாள். அடுத்த இரண்டு வீடு தள்ளி தீபிகா டீச்சர் வீடு.

'ம்மா ம்மா' என்ற குரல் கேட்டு திரும்பிப் பார்த்தாள். வாணி வீட்டின் பக்கத்து வீட்டுக்காரர் மணி ஐயர். சிவந்த மேனியில் ருத்திராட்சம் தவழ வேட்டியை கையில் பிடித்தபடி மணி ஐயர் நின்றிருந்தார்.

மணி ஐயருக்கு ஒரே பையன். அமெரிக்காவில் இருக்கிறான். இங்கே ஐயரும் அவர் மனைவியும் தான். ஐயர் ரயில்வேயில் ஸ்டேஷன் மாஸ்டராக பணிபுரிந்து ஓய்வு பெற்றவர். பென்ஷன் பணத்தில் வாழ்க்கை நடத்துபவர். ஏதாவது வேலை இருந்தால் தையலிடம் சொல்லி செய்வித்துக் கொள்வார்.

'என்னா சாமி. எதுக்கு கூப்டீங்க' என்று கேட்டவாறு அவர் வீட்டு கேட்டை திறந்தாள்.

'மாமிக்கு கொஞ்சம் ஓடம்புக்கு முடியல. ஆத்த பெருக்கி தொடைக் கணும் அவ்வளவுதான். அவா வீடெல்லாம் முடிச்சுட்டு வந்தா போதும்' என்றார்.

'சரிங்கசாமி இன்னிக்கு மூணுவூட்டல தான் வேல. கோகிலாம்மா ஊருக்கு போயிருக்குது. அதனால அங்க எனக்கு வேல இல்ல, சீக்கிரமே வந்து தொடைக்கிறேன் சாமி' என்று கூறி முடிப்பதற்குள் மிதிவண்டியுடன் தன் கணவன் நிற்பதைக் கண்டு அதிர்ந்தாள். ஏற்கனவே சந்தேகம் பிடிப்பவன்.

"ம்..ம்.. எனக்கு தெரியும் டீ. பட்டபகல்ல தெருவுல செவப்பு தோலு மனுஷன் சும்மா ஷோக்கா கிராருன்னு சிரிச்சு சிரிச்சு பேசிகினு

இளிச்சுகீன்னு இருக்கற. இதுக்கு தான் காலையல வந்துடுற. நேத்து கூட டிவிய உங்க லச்சனத்த பேசனாங்கலே’ என்று கையை ஓங்கியவாறு வந்தவனை...

‘ஏய் நிறுத்துயா. என்னா எங்க வந்து என்ன பேசற. தராதரம் தெரியாது உனக்கு’ என்று குரலை உயர்த்தி அதட்டிய தீபிகா டீச்சர், முறைத்தபடி தையல் அருகில் நின்றார்.

இவர்கள் அனைவரும் தையலை நன்றாக பார்த்து கொள்வார்கள் என்பதும் சொக்கலிங்கத்திற்கு தெரியும்.

‘அவ என் பொண்டாட்டி’ என்று இழுத்தவாறே மீண்டும் அருகில் நெருங்கி அடிக்கச் சென்றான். அதே நேரம் பேட்ரோல் போலிஸ் வண்டிவர, தீபிகா டீச்சர் கையசைத்து வண்டியை நிறுத்த முயன்றதைப் பார்த்து, வண்டியுடன் ஓடினான் தையலின் கணவன் சொக்க லிங்கம்.

அந்த நிமிடங்களில் தையல் நாயகியின் முகம் சிவந்த நிலவு போல கனல் தெரித்தது. வெட்கித் தலை குனிந்தாள்.

ஐயர் அவளைப் பார்த்து ‘உனக்கு இப்படி ஒரு கணவனா?’ என்ற பார்வையை பரிதாபத்துடன் வீசி நின்றார். ‘கடவுளே’ என்று கூறி விட்டு உள்ளே சென்றார் ஐயர்.

‘நீ வா தையல்’ என்ற படி தீபிகா முன் நடக்க தையல் பின் தொடர்ந் தாள். தையலின் முகம் இன்னும் மாறவில்லை. எப்போதும் வீட்டில் தான் இந்த பேச்சுக்கள் பேசி சண்டை போடுவான். ஆனால் இன்று வந்து அதுவும் ஒரு ஆடவர் முன் பேசியது அவள் மனதை பிசைந்தது.

‘தையல் மணி ரெண்டாக போகுது வா மொதல்ல சாப்பிடலாம். அப்பறம் வேல செஞ்சுக்கலாம்’ என்ற தீபிகா தட்டில் சாதமும், குழம்பும், காயும் வைத்து சாப்புடு. ‘அவரபத்தி தெரிஞ்சது தானே. விடும்மா சாப்புடு’ என்று கூறி அமர வைத்தாள்.

தலையை குனிந்து ஏதோ ஒப்புக்கு சாப்பிட்டாள்.

"ஆமா! உங்க வீட்டுக்காரரு பேசும்போது டிவியில காமிச்சாங் கன்னு சொன்னாரே. அப்படி என்ன பாத்தாரு டிவியில அவரு" என்று டீச்சர் கேட்டாள்.

வேலைகளை செய்து கொண்டே "நேத்து டிவியில பழைய பட்டி மன்றம் ஒண்ணு போட்டாங்க. அப்ப இவரு கிளாசும் பாட்டலுமா டிவி முன்னாடி உட்கார்ந்திருந்தாரு. அதல ஒருத்தரு பேசும்போது வெள்ளையா அழகா மனைவி இருந்தாக் கூட கறுப்பா இருக்குற வேலைக்காரிய கரெக்ட் பண்றாங்கன்னு பேசினாரு. அது இந்த மனுஷனுக்கு சுர்ருன்னு ஏறிடிச்சி. ஆரம்பிச்சாரு கச்சேரிய. ஒரே சண்ட வீட்டுல."

"ஏம்மா இந்த டிவியில பேசறவங்க எல்லாம் பெரிய பெரிய படிப்பு படிச்சவங்க, விசயம் தெரிஞ்சவங்க தானே. வேலைக்காரிங்கன்னா அவ்வளவு கேவலமான ஆளுங்களா? நாங்க படிக்கல அதனால இந்த வேல செய்யறோம்" என்றபடி சாமான்கள வாரி கழுவ ஆரம்பித்தாள்.

'யாரு அப்படி சொன்னா, தையல் ஏதோ தமாஷ் பண்ண பேசி இருப்பாங்க. அத போயி சீரியஸா எடுத்துக்கலாமா?' என்று தீபிகா பேச்சுக்கு முற்றுப்புள்ளி வைக்க முயன்றார்.

"நீங்கள்லாம் படிச்சிருக்கீங்க கம்ப்யூட்டர் முன்னாடி ஒக்காந்து வேல பாக்கறீங்க. ஆனா எங்க பொழப்பு வயித்துக்காக, குழந்தைங் களுக்காக வீடு வீடா போயி வேல செய்யறோம்" என்று மீண்டும் தொடர்ந்தாள் தையல்.

"அம்மா நீங்க லீவு போட்டாக்கூட உங்க ஆபீஸ், பள்ளிகூடம் எதுவும் ஆகாது. ஆனா நாங்க லீவு போட்டா உங்க வீடெல்லாம் எப்பவும் மாதிரி சுத்தமாக இருக்குமா மா? அப்படி கஷ்டப்பட்டு வேல செய்யற எங்கள ஏம்மா இப்படி சீப்பா நெனைக்கிறாங்க?" கேள்விகளை ஏக்கத்தோடும் வெறுப்போடும் விடுத்துக் கொண்டி ருந்தாள் தையல். நியாயமான கேள்விகள், ஏதும் பேசாது அமைதி காத்தாள் தீபிகா டீச்சர்.

"டிவியில பேசறவங்க பொண்டாட்டிங்ககூட வேலைக்கு போவாங்க இல்ல. அப்போ அவங்களுக்கு, மேல வேல செய்

யறவங்க இவங்க பொண்டாட்டிங்க கரெக்ட் பண்ணுவாங்களா? என்னம்மா நியாயம்?'' வேலைகளை ஒவ்வொன்றாக செய்து கொண்டே புலம்பினாள் தையல். ''போற போக்குல இவங்க தமாஷ் பண்ணிட்டு போறாங்க ஆனா டிவி பாக்குற எத்தன வீட்டு வேல செய்யறவங்க வீட்டுல அது பெரிய பிரச்சனையாகுது.'' கண்கள் நீர் சுரக்க ஆரம்பித்தன.

''ஆம்பளைங்க குடிகாரங்களா இருந்தா எங்கள மாதிரி பொம்பளைங்க என்ன செய்வாங்க? எல்லாரும் ஏதாவது வெஷம் சாப்பிட்டு சாக வேண்டியதுதான். புள்ளைங்க மொகம்பார்த்து ஓடற எங்கள படிச்சவங்க கூட இப்பிடி பேசறாங்க' என்றவளின் முந்தானை நுனி சற்றே ஈரமானது.

"இப்ப பாருங்க டிவியில பேசனதுக்கும் இப்ப ஐயிருகிட்ட பேசின துக்கும் முடிச்சுப் போட்டு முடிச்சு போட்டு இன்னும் எத்தன நாள் சண்ட வைக்க போறான் எம் புருசன் தெரியல. அடியும் குடியும் எங்க வீடுங்கள்ல சாதாரணமாயிடிச்சி" என்றவாறு வானத்தைப் பார்த்தாள் தையல்.

"நான் கிராமத்துல வளந்தவ. எங்க அப்பாக்கு நா ஒரே பொண்ணு செல்லமா வளத்தாங்க. வையக்காடு களத்துமேடுனு சுத்தி வந்தேன். சென்னைல மாப்புள்ளன்னு பொண்ண குடுத்தாரு எங்க அப்பா. கஷ்டப்படாம இருக்கணுமுன்னு நினைச்சாரு. என் புருஷன் குடியில விழுந்ததால இப்படி நிக்குறன்."

என்ன சொல்லுவதென்று புரியாமல் தையலின் மனம் புரிந்து கொண்ட தீபிகா டீச்சர் 'ஆமாம் நீ சொல்றதும் சரிதான். என்ன பண்றது இப்படியும் சில பேர் நம்மளோடு இருக்கத்தான் செய்ய றாங்க' என்றவர் நேற்றைய சாதம், குழம்பு, கொஞ்சம் பிஸ்கட் என தையலின் பைக்குள் வைத்துக் கொள்ளச் சொன்னதோடு, 'வரேம்மா' என்றவாறு மாடியில் குடியிருந்த நிஷா வீட்டின் சாவியை எடுத்துக் கொண்டு வந்து, வீடு திறந்து வேலையைத் தொடங்கினாள்.

நிஷா ஒரு அரசு அலுவலர். தீபிகா வீட்டில் குடியிருப்பவர். கணவர் LICயில் வேலை பார்ப்பவர். இரண்டு குழந்தைகள். பள்ளியில்

படிக்கின்றனர். அனைவருமே ஒன்பது மணிக்கு மேல் வீட்டில் இருக்க மாட்டார்கள். தீபிகா வீட்டில் அவ மாமியிடம் எப்போதும் சாவியை கொடுத்துவிட, தையல் வேலை முடித்துவிட்டு எப்போதும் டைனிங் டேபிளில் அவளுக்கென்று வைக்கப்படும் பொருட்களை எடுத்துக் கொண்டு வீட்டையும் பூட்டி சாவியை தந்து விடுவாள். அன்றைய நாளும் வழக்கம் போல் நடந்தது.

'சாமி சாமி' குரல் கொடுத்தவாறு ஐயர் வீட்டுக்குச் சென்றாள்.

ஐயர் கதவைத் திறக்க கவிழ்ந்த முகத்துடன் 'வாம்மா' என்றார்.

கட்டிலில் மாமி படுத்திருக்க உடல்நலம் விசாரித்துவிட்டு வேலை களை முடித்தாள். ஐயர் கொஞ்சம் இனிப்பு பலகாரங்களுடன் 50 ரூபாய் தாளையும் தந்தார். வாங்கிக் கொண்டு வீட்டுக்கு புறப்பட்டாள். மாலை நான்கு மணிக்கு குழந்தைகளுக்கு பள்ளி முடியும். அவசர அவசரமாக நடந்தாள்.

'நல்லா போடுங்க, பட்டபகல்ல குடிச்சிபுட்டு பொம்பள மேல வந்து விழறான். எவளோ கொழுப்பு இவனுங்களுக்கு' என்ற சத்தம் நடுத்தெருவில். தையல் பிள்ளைகளை அழைக்க நடையை வேகப் படுத்தினாள்.

'யோவ் அடிக்காதீங்க நா வேணுமுன்னு விழல. சைக்கிள் சாஞ்சு விழுந்தேன் விடுங்கடா ஒடம்பு நோவுது' என்ற குரல் தையலை பின்புறம் பார்க்க வைத்தது.

ஒரு எட்டு முன்சென்று பார்த்தாள். தன் கணவன் சொக்கலிங்கம் லுங்கி கிழிந்த நிலையில் பார்க்கவே அசிங்கமாக இருந்தது.

அதிர்ச்சி அடைந்த அவள் ஓடிச்சென்று அடிப்பவர்களை மடக்கி னாள்.

'ஏம்மா இவர உனக்கு தெரியுமா? ஊட்டுக்காரரா?' என்றது ஒரு குரல் கூட்டத்தில்.

'இப்படி பகல்ல கடைய தொறந்து வெக்கராங்க இவங்க தண்ணில மிதக்கறாங்க. இதுக்கெல்லாம் எப்பத்தான் முடிவு வருமோ தெரியல' இன்னொரு குரல் ஒலிக்க, தையல் கைத்தாங்கலாக கணவனை எழுப்பி தன் தோளில் சாய்த்துக் கொண்டாள்.

அப்போது ‘தையலு நானு நானு வேணும்னு விழலடி. சைக்கிள் சாஞ்சிடிச்சிடி புடிக்க முடியாம அந்தம்மா மேல உழுந்துட்டன்டீ’ என்றவாறு உளறிக் கொண்டிருந்தான்.

அங்கிருந்த ஒருவர் அவள் பையையும் மிதிவண்டியையும் வீடு வரை கொண்டு வந்து உதவினார். கணவரை படுக்க வைத்து விட்டு ஓடிச் சென்று பிள்ளைகளை அழைத்து வர வந்தபோது, தீபிகா டீச்சர் வண்டியுடன் நின்று கொண்டு இருந்தார்.

‘என்னதான் இருந்தாலும் நாம் புருஷன விட்டுக் கொடுக்க மாட்டோம். எவ்வளவுதான் கஷ்டப்பட்டு வாழ்ந்தாலும் நம்ம குடும்பத்துக்காக நாம ஓட வேண்டி இருக்குல்ல’ என்றபடி தையலைப் பார்த்தார். தீபிகாவின் வண்டியில் பின்புறம் தையலின் குழந்தைகள் இறங்கினர்.

‘நீங்க எப்படிம்மா இங்க’ என்றாள் தையல். ‘மனசு கேக்கல ஐயர் வீட்ல வேல முடிச்சிட்டு போயிட்டேன்னு சொன்னாங்க. சரி ஒரு நட உன்ன பாக்கலாமுன்னு வந்தப்பதான் தெருவுல உன் புருஷ னோட உன்ன பாத்தேன். சரின்னு நானே போயி பசங்கள கூட்டிட்டு வந்தேன்’ என்றார் தீபிகா டீச்சர்.

வாசலில் ‘கடவுளு எனக்கு தண்டன குடுத்துட்டான்’ என்று முணுமுணுத்த கணவனை பார்க்க திருந்தி இருப்பானோ என்ற எண்ணத்தில் தீபிகா கைகாட்டி டாட்டா சொன்னார்.

‘எதிர் பார்க்கிறேன். நாளை தையல் சிரித்த முகத்துடன் வருவாளா? கடவுளே நல்லது செய்’ பிரார்த்தனையுடன் வண்டி புறப்பட்டது.

●